திராவிடச் செல்வர் இராபர்ட் கால்டுவெல்

முனைவர் ப. பாலசுப்பிரமணியன்
MA., MCA., MBA., ML ISC. MPhil., Ph.D
பல்கலைக் கழக நூலகர்,
மனோன்மணியம் சுந்தரனார் பல்கலைக் கழகம்,
திருநெல்வேலி - 627012.

அழகு பதிப்பகம்
15 / 21, டீச்சர்ஸ் கில்டு காலனி, 2-வது தெரு,
இராஜாஜி நகர் விரிவு,
வில்லிவாக்கம், சென்னை - 600 049.
தொலைபேசி: 044-26502086, 9444191256
email: shankar_pathippagam@yahoo.com
wef: www shankarpathippagam.in & www bookthagam.com

நூல் விவரப் பட்டியல்

நூலின் பெயர்

திராவிடச் செல்வர்
இராபர்ட் கால்டுவெல்

உரிமை
பதிப்பகத்தார்க்கு

நூலாசிரியர்
முனைவர். ப.பாலசுப்பிரமணியன்

நூல் அளவு
கிரௌன்

பதிப்பு ஆண்டு- 2022

பக்கங்கள் :152

விலை : ரூ125/-

ISBN NO: 978-93-94811-00-3

வெளியீடு

அழகு பதிப்பகம்

15/21, டீச்சர்ஸ் கில்டு காலனி,
2-வது தெரு, இராஜாஜி நகர் விரிவு,
வில்லிவாக்கம், சென்னை - 600 049.
தொலைபேசி: 044 - 2650 2086

வடிவமைப்பு & மேலட்டை
பழனி, வில்லிவாக்கம்.
தொலைபேசி : 8667041889

அச்சிட்டோர்
எம்.கே.கிராபிக்ஸ், சென்னை - 600 021.
தொலைபேசி : 98408 28213

ஆசிரியர் உரை

தமிழர் சமயம், தனித் தமிழ், இந்தி எதிர்ப்பு, சுயமரியாதை இயக்கம், தமிழ்ப் பாதுகாப்பு, தமிழ் அரசு முதலிய கருத்தோட்டங்களுக்கும், இயக்கங்களுக்கும், எழுச்சிகளுக்கும், கோரிக்கைகளுக்கும் கால்டுவெல் பாதிரியாரது 'மொழியியல்' கருத்துரைகள் தோற்றுவாயாக இருந்தன என்பது உண்மைக்குப் புறம்பாகாது. பிற்கால அரசியல், சமூக, சமய இயக்கங்கள் பலவற்றின் ஆன்மீகத் தந்தையாகப் பாதிரியார் விளங்குகிறார். அவ்வாறாயின் "பேராசிரியர் சுந்தரம்பிள்ளை பாதிரியாரது ஞானபுத்திரன் ஆவார்; மறைமலையடிகளும் அவர் போன்றாரும் ஞானப் பௌத்திரர் ஆவர்" என்கிறார் கலாநிதி க.கைலாசபதி. அத்தகைய சிறப்பு மிக்கவர் கால்டுவெல்.

அயர்லாந்து நாட்டின் கிளாடி ஆற்றங்கரையில் கருவாகி, திருநெல்வேலி தாமிரபரணி நதிகரையில் திருவாகி நின்ற தமிழின் திறமே இராபர்ட் கால்டுவெல். தமிழின் பெருமையை உலகுக்கு அறிய வைக்க வேண்டிய அவசியம் ஏற்பட்டது அப்போது. அதற்காக தமிழன்னை தனக்கு ஏற்ற தலைமகனாக இராபர்ட் கால்டுவெல்லைத் தேர்ந்தெடுத்தது மிகவும் சிறப்பானது.

ஒரு மொழி செம்மொழி என்று சிறப்பிக்க தகுதிகளான தொன்மை சிறப்புகளைத் தாண்டி "பிறமொழி கலப்பின்மை, கிளைமொழிகளுக்குத் தாய்மொழி" எனத் தகுதிகள் இருக்க வேண்டும்.

தமிழ் மொழிக்கு ‘செம்மொழி’ தகுதி உண்டு என்பதை 1856ல் தான் எழுதிய புத்தகத்தின் மூலம் நிரூபித்தார் இராபர்ட் கால்டுவெல்.

"தன்னிடையே இடம் பெற்றிருக்கும் சொற்களை அறவே ஒழித்துவிட்டுத் தனித்து உயிர் வாழ்வதோடு... அவற்றின் துணை, சிறிதும் இல்லாமல் வளம்பெற்று வளர்வதோடு முன்பிருந்த நிலையிலும் சிறந்த உயர் தனிச் செம்மொழியாக நிலைபெறும்'' என்றார் கால்டுவெல். அவர் சொல்லிய சிறப்புத் தகுதியுடன் செம்மொழியாக நிலைபெற்றது தமிழ்.

அத்தகைய சிறப்பு மிக்க திராவிட மொழியியலின் தந்தை எனப் போற்றப்படும் தமிழறிஞர் இராபர்ட் கால்டுவெல் அவர்களின் வாழ்வும் தமிழ்பணியும் குறித்து “திராவிடச் செல்வர் இராபர்ட் கால்டுவெல்” எனும் இந்த நூலை வெளியிடுவதில் மகிழ்ச்சியடைகிறேன்.

முனைவர்.ப.பாலசுப்பிரமணியன்

பொருளடக்கம்

திராவிடச் செல்வர் இராபர்ட் கால்டுவெல்

1. கிளாடியில் இருந்து தாமிரபரணி வரை

அயர்லாந்து நாட்டின் கிளாடி ஆற்றங்கரையில் கருவாகி, திருநெல்வேலி தாமிரபரணி நதிகரையில் திருவாகி நின்ற தமிழின் திறமே இராபர்ட் கால்டுவெல்.

இராபர்ட் கால்டுவெல் 1814 ஆம் ஆண்டு மே மாதம் அயர்லாந்தில் பிறந்தார். இளமையிலேயே தரமான கல்வியை அளிக்க அவருடைய பெற்றோர் முடிவெடுத்தனர். அதன் காரணமாகத் தங்களது தாயகமான தாய்லாந்துக்கு கால்டுவெல்லை அழைத்துச் சென்றனர். தாய்லாந்தில் பள்ளிக்கல்வியைத் தொடர்ந்த அவர், இளமையில் ஆங்கில இலக்கியத்தில் புலமைபெற்று விளங்கினார். ஓவியக்கலையையும் ஆர்வத்தோடு கற்றுத் தேர்ந்தார். சமய நூல்களையும், மொழியியல் நூல்களையும் தேடித்தேடி படிக்கத் தொடங்கினார். இளமையிலேயே தேடல் உள்ள தேனீயாய் சுறுசுறுப்பாக விளங்கினார்,

தன் இருபதாம் வயதில் கிறித்துவச் சமயப்பணி செய்வதற்காக லண்டன் நகரில் அமைந்த சமயத் தொண்டர் சங்கத்தில் சேர்ந்தார்.

அச்சங்கத்தின் சார்பாக "கிளாஸ்கோ' பல்கலைக் கழகத்தில் மாணவராகச் சேர்ந்து ஐரோப்பியாவில் உள்ள பல மொழி நூல்களையும் சமய நூல்களையும் கற்று வந்தபோது, இவருக்கு கிரேக்க மொழியைப் பயிற்றுவித்த பேராசிரியர் "டேனியல் ஸ்டான் போர்ட்" என்பவர் கிரேக்க மொழியின் பெருமையை கால்டுவெல் நன்றாக புரிந்து கொள்ளும்படி கூறியதோடு, கிரேக்க மொழி செம்மொழியாகத் திகழ்கிறது என்பது பற்றியும் விரிவாக விளக்கியுள்ளார். பின்னாளில் தமிழ் மொழியும் செம்மொழிதான் என்பதை ஆய்வுகளின் மூலம் வெளிப்படுத்த கால்டுவெல்லின் ஆய்வுக்குப் பெருந்துணையாகவும் வழிகாட்டியாகவும் இருந்தவர் அப்பேராசிரியராவார். அதன் காரணமாகவே கிரேக்க மொழியில் தொடங்கிய அவரது பயணம் தொடர்ந்து தமிழின் மீது தணியாத காதலை ஏற்படுத்தியது.

20 ஆம் வயதில் லண்டன் சமயத் தொண்டர் சங்கத்தில் இணைந்தார். கிளாஸ்கோ பல்கலைக் கழகத்தில் ஐரோப்பியத் தொன்மொழிகளின் நீதி நூல்களையும் சமய நூல்களையும் தேர்ந்து கற்றுத் தெளிவு பெற்றார். டேனியல் சேண்ட்ஃபோர்டு என்ற மொழிநூல் மேதையிடம் கிரேக்க மொழியை உயர்தனிச் செம்மொழிகளோடு ஒப்பாய்வு செய்தார்.

24 வயதாக இருந்தபோது லண்டன் மிஷனரி சொசைட்டி என்னும் கிறிஸ்தவ மதக் குழுவினருடன் சேர்ந்து, மதத்தைப் பரப்புவதற்கென்று தென் இந்தியாவுக்கு கப்பலில் பயணம் மேற்கொண்டு 1838

ஜனவரி 8 ஆம் தேதி நான்கு மாதங்களில் சென்னைக்கு வந்து தமது மதப் பணியைத் தொடங்கினார்.

தனது பணிக்குத் தமிழ் மொழி அறிவு முக்கியம் என்பதை உணர்ந்த கால்டுவெல், தமிழை முறைப்படி பயிலத் தொடங்கினார்.

24 ஆவது வயதில் கப்பலேறி, நான்கு மாதக் கப்பல் பயணத்தில் ஆந்திரம், ஆரியம் இரண்டும் கற்றார். இந்தியா வந்த பயணத்தின் போது கப்பலில் பிரௌன் என்பவருடன் ஏற்பட்ட நட்பின் காரணமாகத் தமிழைக் கற்றுக்கொள்ள ஆரம்பித்தார்.

தமிழின் அழகியலை அறிந்த அந்த அறிஞர் பெருமகனார், தமிழைத் திறம்படக் கற்பதற்காக 1838ல் சென்னையில் இறங்கி 'ட்ரூ' என்னும் ஆங்கில அறிஞரோடு மூன்றாண்டுகள் இருந்து தமிழையும் தமிழ்நாட்டையும், தமிழர் பண்பாட்டையும் நன்கு அறிந்தார்.

பின்னர் இவர் நற்செய்தி பரப்புவதற்கான சபை (Propagation of the Gospel Mission) எனும் குழுவினருடன் இணைந்து தனது சமயப் பணியைப் மேற்கொண்டார். சென்னையில் இருந்து நெல்லைக்கு 400 மைல் தூரம் நடந்தே சென்று தமிழின் இயல்புகளையும், பண்பாட்டையும் முழுவதும் அறிய ஆவல் கொண்டார். பாளையங்கோட்டை வழியாக இடையன்குடியை அடைந்தார்.

வட்டார வழக்குமொழிகளைக் கொண்டது தமிழ் என்பதால், பேச்சு வழக்கை அறியவும், அதன்

மூலத்தைப் பற்றித் தெரிந்து கொள்ளவும் நீண்ட நெடிய பயணத்தை மேற்கொண்டார் கால்டுவெல். திருச்சி, சிதம்பரம், நீலகிரி, நாகப்பட்டினம் போன்ற பல்வேறு மாவட்டங்கள், பிற ஊர்கள், மலைக்கிராமங்கள் எனத் தனது பயணத்தை வடிவமைத்துக்கொண்டு தமிழ் மொழியில் உள்ள வட்டார மொழிகளைக் கண்டறிந்தார்.

அயர்லாந்தில் பிறந்த கால்டுவெல் *1841*ல் குரு பட்டம் பெற்றார். நமது திருநெல்வேலி மாவட்டம் திசையன்விளை அருகேயுள்ள இடையன்குடி என்னும் ஊரில் தங்கி *50* ஆண்டுகள் தமது மதப்பணியுடன் சேர்த்து தமிழ்ப்பணியும் செய்தார். திருக்குறள், சீவகசிந்தாமணி, நன்னூல் உள்ளிட்ட நூல்களைக் கற்றறிந்தார்.

மக்களின் பழக்கவழக்கம், பண்பாடு, கலாசாரம், வாழ்க்கை முறை போன்றவற்றில் பயன்படுத்தப்பட்டுள்ள மொழியியல் தரவுகளைத் தமது பயணத்திலேயே சேகரித்தார். அது மட்டுமன்றி, பல்வேறு மொழியியல் அறிஞர்களின் ஆய்வுக்கட்டுரைகளைப் படித்து அதில் இருந்து குறிப்புகள் எடுத்து ஒப்பீட்டுமுறை செய்து, ஆய்வுக் கட்டுரைகளாக எழுதி வெளியிட்டார்

தென்னிந்திய மொழிக் குடும்பத்தில் திருந்திய மொழிகள், திருந்தாத மொழிகள் ஆகியவற்றைக் கண்டறிந்தவரும் இராபர்ட் கால்டுவெல்தான். பின்னர் தாம் கண்டறிந்தவற்றைக் கட்டுரைகளாகவும் வெளியிட்டார்.

பின்னர் அவற்றை எல்லாம் தொகுத்து 1856ல், 'திராவிட மொழிகளின் ஒப்பிலக்கணம்' என்ற ஆய்வு நூலை ஆங்கிலத்தில் வெளியிட்டார். கால்டுவெல் திராவிடமொழிகளான தமிழ், தெலுங்கு, கன்னடம், மலையாளம், துளு ஆகியவை தமிழிலிருந்து தோன்றியவை என்பதை ஒப்பீடு செய்து எழுதிய நூல் தான் திராவிடமொழிகளின் ஒப்பிலக்கணம். இந்நூல் உலகெங்கும் இவருக்கு மிகுந்த புகழ் ஈட்டித்தந்தது.

வடமொழி அறிஞர்களெல்லாம் சம்ஸ்கிருதம்தான் தொன்மையானது எனக் கர்ஜித்துக் கொண்டிருந்த நிலையில் 'தமிழ் அதற்கும் தொன்மையானது, திராவிட மொழிகள் தனிக்குடும்பம்' போன்ற உண்மைகளை ஆணித்தரமாக தனது ஆய்வுகளின் மூலம் உலகிற்கு நிரூபித்தார். இப்படித் தமிழுக்கும், திராவிடத்துக்குமான நெருங்கிய பந்தத்தை மிக அழகாக உலகுக்கு எடுத்துக்காட்டிய பெருமகனார் கால்டுவெல்.

'திராவிட மொழிகளின் ஒப்பிலக்கணம்' என்ற இவரின் ஒற்றைப் புத்தகம் அனைத்தையும் மாற்றியது. ஆம் இவருடைய ஒப்பிலக்கண ஆய்வு மற்றும் ஒலியியல் ஆய்வு மூலம் திராவிடக் குடும்பங்களின் தாய் மொழி தமிழ். தமிழ், தெலுங்கு, கன்னடம், மலையாளம் ஆகிய மொழிகள் எல்லாம் ஓரினத்தைச் சேர்ந்தவை என்பதை இந் நூல் மூலம் உலகம் ஒப்ப விளக்கிச் சொன்னார். 'இது சமஸ்கிருதத்திற்கும் முந்தையது' எனப் பல உண்மைகளை நிரூபித்தார். தமிழ் மொழியின் வேர்ச் சொற்களைக் கொண்டு,

பிறமொழிகளில் பயிலும் பல சொற்கள் தமிழ்ச் சொற்களின் சிதைவே என நிறுவினார். 'மொழிக் குடும்பங்களான, இந்தோ ஆரிய மொழிக் குடும்பம், இந்தோ ஐரோப்பிய மொழிக் குடும்பம் ஆகியவற்றில் சேராத மொழிக் குடும்பம் திராவிட மொழிக் குடும்பம். இதன் தொன்மையும், வன்மையும் மிகச் சிறந்தது என ஆய்வின் முடிவில் கூறினார்.

கால்டுவெல் வருவதற்கு முன்பே திராவிடமொழி சிறந்திருந்தது, திராவிட மொழிக் குடும்பம் ஒன்று இருப்பது பற்றிக் கண்டுபிடித்தது இவரல்ல எனினும், அதற்கான சான்றுகளை ஒருங்கிணைத்து உறுதிப்படுத்தியவர் இவரே.

○○○

2. திருந்திய மொழிகளும் திருந்தா மொழிகளும்

இவரது நூலில் உள்ள சில ஆய்வுகளைப் படிக்கும் போது இவரது கடின உழைப்பைப் பற்றி நாம் அறியலாம். இதோ ஒரு பகுதி

திராவிடக் குடும்ப மொழிகளுக்கு தமிழ்தான் தாய் மொழியாகும் என்பதை எண்களின் பெயர் கொண்டு எடுத்துக்காட்டுகிறார் கால்டுவெல். தமிழின் ‘ஏழு’ என்னும் எண்ணுப்பெயர் மலையாளத்திலும் ஏழு, கன்னடத்தில் ஏளு, துளுவில் ஏளு, தெலுங்கில் ஏடு என்று வழங்கப்படுகிறது. தமிழ் ‘ழ’கரம் தெலுங்கில் ‘ட’கரமாகும், கன்னடத்தில் ‘ள’கரமாகும். ஆகவே அவையாவும் ஒரே குடும்பம் என்று கூறுகிறார்.

மலையாளம் என்ற மொழிப்பெயரை ‘மலய’ என்ற வடமொழியின் திரிபு என்று சொல்வார்கள், ஆனால் தமிழில் வழங்கும் ‘மல்’ என்ற வேர்ச் சொல்லுக்கு வளம், வலிமை என்று பொருள். அதனால்தான் பெருங்குன்றுக்கு ‘மலை’ என்று பெயர் வந்தது. எனவே மலையாளம் என்ற மொழிப்பெயரே அது தமிழ்க் குடும்பம் என்று எடுத்துரைக்கிறார்.

தெலுங்கு மொழியை ஆதிப் புலவர்கள் அழைத்த பெயர் தெனுகு அல்லது தெனுங்கு என்பதே. அது அவ்வாறாயின் ‘தேன்’ என்ற வேரடியிலிருந்தே பிறந்திருக்க வேண்டும் என்பது ஒரு கூற்று. இது

ஏற்புடைத்தாயின் தமிழ் வேரிலிருந்தே தெலுங்கு மொழியும் உருப்பெற்றது.

வடமொழியில் இருந்து பிறந்ததே 'கர்நாடகம்' என்று சிலர் சொல்வார்கள். ஆனால், மொழி அறிஞர் குண்டர்ட் கூற்றுப்படி 'கரு+நாடு+அகம்' என்ற தமிழடியாகப் பிறந்தது என்பதே சால்புடைத்து.

துளு மொழிக்கு எழுத்துருவும் இல்லை; இலக்கியமும் இல்லை. ஆனால் அது அச்சு வடிவம் கண்டதென்னவோ கன்னட எழுத்துருவைக் கொண்டுதான். எனவே, அதுவும் திராவிட மொழிக் குடும்பத்தின் அங்கம் என்பது ஆதாரபூர்வமாக அறியப்படுகிறது.

பிறப்புமுறை ஒலிப்புமுறை அமைப்புமுறை ஆகியவற்றால் திராவிட மொழிக் குடும்பம் ஒன்றே; தமிழே அதற்கு மூலம் என்று கூறினார்.

தமிழ், சம்ஸ்கிருதத்துக்கு மாறுபட்டுத் தனித்துத் தோன்றியதென்பதையும் தனது ஆய்வு நூலில் உணர்த்தினார்.

திராவிட மொழிக் குடும்பத்தைத் திருந்திய மொழிகளென்றும் திருந்தா மொழிகளென்றும் இரண்டாகப் பிரிக்கிறார் ஆய்வாளர் கால்டுவெல்.

தமிழ், மலையாளம், தெலுங்கு, கன்னடம், துளு, குடகு ஆகிய ஆறும் திருந்திய மொழிகளென்றும், துதம், கோதம், கோண்ட், கூ , ஓரியன், ராஜ்மகால் ஆகிய ஆறும் திருந்தா மொழிகளென்றும் ஆய்ந்து அறிவிக்கிறார்.

சம்ஸ்கிருதத்திலிருந்தே திராவிட மொழிகள் பிறந்தன எனும் கூற்றை அறவே மறுக்கிறார். அத்தோடு

திருந்தா மொழிகளைக் கொண்டே அதற்கு விளக்கம் அளிக்கிறார் கால்டுவெல்.

திராவிட மொழிகளின் ஒப்பிலக்கண முதல் பாகத்தில் கால்டுவெல் கூறுவதைப் பார்போம்: "திராவிட மொழிகளைச் சம்ஸ்கிருதத்திலிருந்து பிறந்தனவாகவே கொள்ளுதல் வேண்டும் என்று கூறும் கீழைநாட்டு மொழிநூலறிஞர்கள், சம்ஸ்கிருதச் சொற்கள் அறவே இடம்பெறாதனவாய் திருந்தாத் திராவிட மொழிகள் இருப்பதை அறிந்தவரல்லர். சம்ஸ்கிருதச் சொற்களை மேற்கொள்ளும் திராவிட மொழிகளும் அச்சொற்களை ஆடம்பரப் பொருளாகவும், அழகுதரும் பொருளாகவும் மதிப்பதல்லது மொழிவளர்ச்சிக்கு இன்றியமையாதனவென்று மதிப்பதில்லை" என்கிறார்.

சிங்கள இலக்கிய நூலான 'மகாவம்சம்' என்ற நூலின் துணைக்கொண்டு தமிழ் ஈழ உறவுகளையும் ஆய்வு செய்துள்ளார்.

திருநெல்வேலியில் பணியாற்றிய காலத்தில் அதன் வரலாறு பற்றி ஆய்வுகள் செய்துள்ளார். தகவல் சேகரிப்புக்காகச் சங்க இலக்கியங்களின் ஏட்டுப் பிரதிகளைப் படித்தது மட்டுமன்றி, அகழ்வாய்வுகளில் ஈடுபட்டுப் பல பண்டைய கட்டிடங்களின் அடிப்படைகளையும், ஈமத் தாழிகள், நாணயங்கள் முதலானவற்றையும் வெளிக் கொணர்ந்துள்ளார். மீன் சின்னம் பொறிக்கப்பட்ட பாண்டிய நாட்டுக் காசுகள் பல இவ்வாய்வுகளில் கிடைத்துள்ளன.

அந்தத் தேடலின்போது, 'திருநெல்வேலி மாவட்டத்தின் அரசியல் மற்றும் பொது வரலாறு' **(A Political and General History of the District of Tinnevely)**

என்னும் நூலை எழுதினார். இது 1881 ஆம் ஆண்டில் அன்றைய மதராஸ் அரசினால் வெளியிடப்பட்டது.

இந்த நூலில் கட்டபொம்மன், ஊமைத்துரை, மருது சகோதரர்கள் பற்றிய பதிவுகள், ஆங்கிலேயர் வென்ற நிகழ்வுகள் போன்றவற்றைத் தெளிவாகக் குறிப்பிட்டுள்ளார். அதுமட்டுமன்றி, மொழியியல் நடையில் எவ்வாறு மற்ற மொழிகளில் தமிழின் வார்த்தைகள் பயன்படுத்தப்பட்டுள்ளன என்பதையும் அவர் கூறியுள்ளார். தமிழில் பயன்படுத்தப்பட்ட வார்த்தைகள் எவ்வாறு கிரேக்க மொழியில் திரித்துக் கையாளப்பட்டுள்ளது என்பது பற்றியும் அந்த நூலில் தெரிவித்துள்ளார்.

இது பற்றிக் குறிப்பிட்ட இராபர்ட் எரிக் ஃபிரிக்கென்பர்க் (Robert Eric Frykenberg) என்பார், தொல்லியல், கல்வெட்டியல், இலக்கியம் ஆகிய மூலங்களிலிருந்தான தகவல்களைக் கொண்டு எழுதப்பட்ட இந்நூல் தனி நூல்களுள் முழுமைத் தன்மையில் முதன்மையானது என்றார்.

இலத்தீன், கிரேக்கம், ஹீப்ரு, ஜெர்மன், பிரெஞ்சு போன்ற மொழிகளுடன் தமிழ், தெலுங்கு, துளு, மலையாளம் போன்ற மொழிகளிலும் புலமை பெற்றிருந்தார் கால்டுவெல். தமிழ், தெலுங்கு, கன்னடம், மலையாளம் ஆகிய மொழிகள் ஓர் இனத்தைச் சார்ந்தவை என்பதை தாம் எழுதிய A Comparative Grammar of Dravidian Languages நூலில் புலப்படுத்தினார்.

○○○

3. கால்டுவெல் பயணமும் நூல்களும்

நெல்லை மாவட்ட வரலாற்றை ஆராய்ந்து எழுதிப் பரிசு பெற்ற இவர் கொற்கை, காயல், தூத்துக்குடி போன்ற துறைமுக இடங்களைத் தமது அகழ்வாராய்ச்சி மூலம் ஆராய்ந்து வெளியிட்டார்.

தன்னுடைய மொழிகளை முழுமையாக அறியாதவர்களுக்கு மத்தியில், அவர்கள் அறிந்து கொள்வதற்கும், தெரிந்து கொள்வதற்கும் பயணப் பட்டவர் கால்டுவெல். அவருடைய கடினப் பயணங்கள், அர்ப்பணிப்பு மொழியியல் ஆய்வுக்குத் துணையாக அமைந்தது.

தமிழ் பணியோடு தமிழ்நாட்டு மக்கள் பணியிலும் தம்மை ஈடுபடுத்தியவர் கால்டுவெல். அப்போதைய சூழலில் பெரும்பாலானோர் மேற்தட்டு மக்களுக்கு மட்டுமே கல்வி போதிக்க விருப்பம் காட்டிய நிலையில் கால்டுவெல் ஒடுக்கப்பட்ட மக்களுக்குக் கல்வி போதிக்க நினைத்தார், அதன்படியே நடந்தார். ஆர்வமும், உழைப்பும் இருந்தால் எதையும் சாதிக்கலாம் என்பதை நிரூபித்தவர் கால்டுவெல்.

செயற்கரிய காரியங்களைச் செய்யவும் அனைவரிடமும் அன்பு செலுத்தவும் மதமும் மொழியும் தடை இல்லை, அவசியம் இல்லை என்பதை

உணர்த்தியவர். எந்த மொழியும் நம் மொழியே எந்த மனிதரும் நமது உறவே என்ற தொடர்பை ஏற்படுத்தியவர் அந்தத் தமிழ்மகன்.

தமிழ்நாட்டின் பல பகுதிகளில் பயணம் செய்த கால்டுவெல், தமிழர்களின் நிலவளம், நீர்வளம் மொழிவளம் பண்பாட்டு வளத்தை நன்கறிந்தார்,

திருவரங்கம், நீலகிரி, கோவை, மதுரை ஆகிய பயணங்களைக் கடந்து கடைசியாக தாமிரபரணி வழியில் பாளையங்கோட்டை வந்தார். நாசரேத் சென்று தன் இறுதி எல்லையான இடையன்குடியை ஓர் இரவிலே அடைந்தார். இடையன்குடியிலே தங்கி தனது பணிகளைச் செய்தார். 29ஆம் வயதில் எலீசாவை மணம்புரிந்து, சமயப் பணியும் சமுதாயப் பணியும் செய்தார். நகரைச் சீர்திருத்தி புதிய வடிவமைப்பு கொடுத்தார், மக்களிடம் அறியாமையை நீக்கி கல்விப் பணி செய்தார். இடையன்குடி மற்றும் சுற்றியுள்ள பல கிராமங்களுக்கு வழிகாட்டியாக திருப்பணிகள் செய்தார்.

கால்டுவெல் இயற்றிய தமிழ் நூல்கள் :

நற்கருணை தியான மாலை (1853)
தாமரைத் தடாகம் (1871)
ஞான ஸ்நானம் (கட்டுரை)
நற்கருணை (கட்டுரை)

கால்டுவெல் இயற்றிய ஆங்கில நூல்கள் :

திராவிட மொழிகளின் ஒப்பிலக்கணம் **(A Comparative Grammar of the Dravidian or South Indian Family Languages, 1856)**

திருநெல்வேலியின் அரசியல் பொது வரலாறு (A Political and General History of Tinnevely, 1881)

கிறித்தவரும் இந்து மதமும் உள்ளிட்ட பல நூல்களை எழுதினார். ஆனால் கால்டுவெல் தன் வாழ்நாளையெல்லாம் செலவிட்டு மிகுந்த ஆர்வத்தோடும் எழுச்சியோடும் தீட்டிய ஒப்பரிய நெடுநூல்தான் 'திராவிட மொழிகளின் ஒப்பிலக்கணம்' ஆகும். இந்நூலின் முன்னுரையே 153 பக்கங்களைக் கொண்ட அற்புத ஆய்வுரை கொண்டதாகும். நூலின் மற்ற 640 பக்கங்களில் மொழி ஒலி, வேர்ச்சொல், பெயர்க்காரணம், இடம் பெயர், வினைச் சொல், சொல்லியல் ஒருமைப்பாடு எனும் பெருங்கூறுகளுடன் நம் செம்மார்ந்த தமிழ்மொழியின் மிகப் பெரும் கீர்த்தியையும் நேர்த்தியையும் அற்புதமாக விளக்குகிறார். அதை முழுவதும் ஆய்ந்த பல்வேறு பல்கலைக்கழகங்கள் கால்டுவெல்லை வியந்து போற்றி 'நல்லறிஞர்' பட்டம் அளித்து மகிழ்ந்தன.

○○○

4. திராவிட இன மொழிகளின் பெருமையை நிலைநாட்டினார்

'இந்திய நாட்டில் வழங்கும் மொழிகள் அனைத்தும் ஆரிய இன மொழிகளே! என்ற தவறான சிந்தனை நிலவியபோது ஐரோப்பிய மொழி நூலறிஞர்களின் கருத்துக்களை ஆதாரங்களுடன் மறுத்து, பல்வேறு கண்டுபிடிப்புகளால் திராவிட இன மொழிகளின் மாப்பெருமையை நிலைநாட்டி பெருநூல் வடித்தவர்தான் கால்டுவெல். திராவிட இன மேற்கோளின் இன ஒற்றுமையை இவரைப் போல் ஆய்ந்து மாபெரும் இலக்கண நூல் தீட்டியவர் வேறு எவரும் இல்லை. தமிழுலகம் காலமெல்லாம் இவருக்கு நன்றி கூறக் கடமைப்பட்டுள்ளது.

'அரிசி', 'கட்டுமரம்', 'தோகை' போன்ற நம் தாய்த் தமிழ்ச் சொற்களே கோளம் முழுதும் உள்ள மொழிகளுக்குக் கடனாகத் தமிழால் தரப்பட்டவை.

*1856*ம் ஆண்டிலேயே அச்சேறிய கால்டுவெல் தீட்டிய 'திராவிட மொழிகளின் ஒப்பிலக்கணம்' தான் உலக மொழிக் குடும்பங்களில் உயர் தனிச் செம்மொழியாக நம் செந்தமிழ் எப்படித் தனிப்பெரும் ஆற்றலுடன் கம்பீரமாகத் திகழ்கிறது என்பதை முதன்முதலில் நிறுவியது.

பாரதம் பல்வேறு மொழிகளைப் பேசுகின்ற மக்களைத் தன்னகத்தே கொண்டது. தேவ பாஷையான வடமொழியே (சமஸ்கிருதம்) உயர்ந்தது; அதிலிருந்துதான் தமிழ் உள்ளிட்ட பிற திராவிட மொழிகளனைத்தும் தோற்றம் பெற்றன என்ற எண்ணம் முற்காலத்தில் நம் மக்கள் மனத்தில் ஆழ வேரூன்றியிருந்தது. பத்தொன்பதாம் நூற்றாண்டின் இறுதிவரை இந்நிலையே நீடித்தது.

தாய்மொழியின் தகுதியறியாத தம் புதல்வர்களின் அவலநிலைகண்டு கவலையோடு கண்ணீர் பெருக்கிக்கொண்டிருந்த தமிழன்னையின் துயர்துடைத்து, அவளின் தன்னேரிலாச் சிறப்பை, பிற மொழிகளின் தயவின்றித் தனித்தியங்கும் தகைமையைத் தரணிக்கு உணர்த்தினார் ஓர் மொழியியல் அறிஞர்!

பெற்ற மகவைப்போல் தம்மைப் போற்றிப் பேணிய நெல்லைச் சீமையின் வரலாற்றை **(A Political and General History of the District of Tinnevelly)** வரன்முறையாக முதன்முதலில் எழுதிய பெருமைக்குரியவர் அவரே. பாண்டிய நாட்டின் பழம்பெருமையினைச் சிறப்பித்துக் கூறும் நூல் "திருநெல்வேலி சரித்திரம்"

அந்நூலில் கால்டுவெல் கூறிய கருத்துக்கள் சில நம் கவனத்திற்கு:

பாண்டிய நாட்டின் முக்கியத்தொழிலாய் முற்காலத்தில் திகழ்ந்தது முத்துக் குளித்தலே (முத்துச் சலாபம்) ஆகும். நெல்லையைச் செல்லமாய் ஊட்டி வளர்த்த தாயான தாமிரபரணி கடலோடு கலக்கும் இடத்தருகேதான் பாண்டியரின் புகழ்பெற்ற கொற்கைத்

துறைமுகம் அன்று அமைந்திருந்தது. உலகறிந்த பெருந்துறைமுகமான கொற்கையிலே நன்முத்துக்கள் மிகுதியாய் விளைந்தன. அழகாய் உருண்டு திரண்டிருந்த அம்முத்துக்களின் அழகில் உள்ளூர் அரிவையர் தொடங்கி உரோமாபுரி அரசிகள்வரை மனம் மயங்கினர். புலவர்பெருமக்களும் 'பூழியர்கோன் தென்னாடு முத்துடைத்து' என்று அதன் சிறப்பைப் போற்றினர். இத்துணைப் புகழ்வாய்ந்த கொற்கைத் துறைமுகம் பின்னாளில் தூர்ந்துபோனபின் 'காயல்' எனும் கடற்கரையூர் சிறந்த துறைமுக நகரமாயிற்று. அத்துறைமுகத்திற்கு அரேபிய, சீனக் கப்பல்கள் வந்துசென்றிருக்கின்றன என்று குறிப்பிடும் கால்டுவெல், அத்துறைமுகத்தில் பரதவர் முத்துக் குளிப்பதையும் விவரமாகத் தன் நூலில் பதிவு செய்திருக்கின்றார் என அறிகின்றோம்.

அதுபோல், காவிரியாறு கடலோடு கைகுலுக்கும் இடத்தில் அமைந்திருந்த செழிப்பான துறைமுக நகரம் காவிரிப்பூம்பட்டினம். அத்துறைமுகத்தின் வழியாக அன்று வெளிநாடுகளுக்கு அரிசி ஏற்றுமதியாயிற்று. அரிசி என்று நாம் தமிழில் வழங்குவதையே கிரேக்க மொழியில் 'அருஸா' எனச் சிதைத்து வழங்குகின்றனர். இதன் அடியாகத் தோன்றியதே ஆங்கிலச் சொல்லான 'ரைஸ்' என்பதையெல்லாம் முதலில் நமக்கு ஆய்ந்து சொன்னவர் கால்டுவெல் ஆவார்.

மயிற்தோகையும் அன்று தமிழகத்திலிருந்து பிறநாடுகளுக்கு ஏற்றுமதி ஆயிற்று; கூடவே 'தோகை' என்ற சொல்லும்! ஹீப்ரு மொழியிலுள்ள பைபிளில் காணப்படும் 'துகி' என்ற சொல் நம் தமிழ்ச்சொல்லான

'தோகை'யின் திரிபே என்று விளக்கியுள்ளார் கால்டுவெல். அவ்வாறே பிறமொழிகளில் சிதைந்து வழங்கும் பல தமிழ்ச்சொற்களை நம்மவர்க்கு அடையாளம் காட்டினார் அவர்.

கால்டுவெல் பன்மொழிகள் கற்ற பேரறிஞர். மேனாட்டுச் செம்மொழிகளான கிரீக், இலத்தீன், ஹீப்ரு ஆகியவற்றை இளம் வயதிலேயே கற்றிருந்த அவர், இந்தியா வந்ததும் ஆரியத்தையும், தென்மொழியான தமிழையும் ஆர்வத்தோடு பயின்றார். ஜெர்மானிய அறிஞர்கள் இந்திய மொழிகள் குறித்து எழுதியிருக்கும் ஆராய்ச்சி நூல்களைக் கற்க வேண்டும் எனும் வேட்கை உந்தித்தள்ள, ஜெர்மானிய மொழியையும் அவர் கற்றுத்தேர்ந்தார்.

மொழிநூல் ஆராய்ச்சி என்பது இயல்பிலேயே அவருக்கு விருப்பமான ஒன்று. ஆதலால் தென்னிந்திய மொழிகள் குறித்து ஆராயத் தலைப்பட்டார். அவ்வாராய்ச்சியின் விளைவே இன்று நமக்குக் கிடைத்திருக்கும் ஒப்பற்ற ஒப்பிலக்கண நூலான 'திராவிட மொழிகளின் ஒப்பிலக்கணம்' **(A Comparative Grammar of the Dravidian or South-Indian family of languages)** எனும் அரிய புதையல்!

ஆரிய மொழிகளின் இலக்கணம் வேறு; திராவிட மொழிகளின் இலக்கணம் வேறு என்பதைத் தம் ஒப்பிலக்கணத்தில் தெள்ளத்தெளிவாய் விளக்கியுள்ள கால்டுவெல், தமிழ், தெலுங்கு, கன்னடம், மலையாளம் ஆகிய நான்கு தென்னிந்திய மொழிகளுக்கும் அடிப்படை இலக்கணம் ஒன்றே; 'இவையனைத்தினும் மூத்தமொழி

தமிழே' என்பதையெல்லாம் தக்க சான்றுகளுடன் இந்நூலில் நிறுவியுள்ளார். தென்னிந்திய மொழிகளைக் குறிக்கும் பொதுச்சொல்லாக 'திராவிட மொழி' என்ற பதத்தை அவர் உருவாக்கினார். அன்றுமுதல் 'திராவிடம்' என்ற சொல் **(It is a Sanskrit word for 'southern')** மொழிநூல் உலகில் நிலைபேறடைந்துவிட்டது.

தமிழின் தற்சார்புத் தன்மையை விளக்க விரும்பிய கால்டுவெல், சங்க காலத்தில் தமிழ்நூல்களில் ஆரியச் சொற்களின் கலப்பு அருகியிருப்பதையும் பிற்காலத்தில் அச்சொற்களின் கலப்பு மிகுந்திருப்பதையும் சுட்டிக்காட்டி, "எல்லாக் கருத்துக்களையும் வெளியிட ஏற்ற சொற்கள் தமிழிலேயே நிறைந்திருந்தும் அவற்றைப் புறந்தள்ளிவிட்டு ஆரியச் சொற்களையே நம் தமிழ்மக்கள் தேடிப் பயன்படுத்தியதால்தான் காலப்போக்கில் பல தமிழ்ச்சொற்கள் இறந்தொழிந்தன" என்று குறிப்பிடுகின்றார்.

இவைபோல் இன்னும் பல ஆழமான கருத்துக்களைத் தம் ஒப்பிலக்கண நூலில் ஆய்ந்து வெளியிட்டிருக்கும் கால்டுவெல், திராவிட மொழிகளுக்குப் புத்துயிரூட்டிய தீரர்; திராவிட மொழிகளின் தொன்மையை, அவற்றின் மாண்புகளை மேனாட்டார்க்கும் செப்பமாய் எடுத்துக்காட்டிய செம்மல்.

அடிப்படை வசதிகள்கூட அற்ற, அனல்பறக்கும் வறள்நிலமான 'இடையன்குடி' எனும் கிராமத்தில் ஓர் கூரைவீட்டில் வாழ்ந்தவண்ணம் பெரிய ஆராய்ச்சிகளைச் செய்து, அரிய உண்மைகளை கால்டுவெல் வெளியிட்டிருப்பது வியக்கற்பாலது.

அத்தோடு அங்கிருந்த விளிம்புநிலை மக்களுக்கு எழுத்தறிவித்த இறைவனாகவும் அவர் திகழ்ந்திருக்கின்றார். மேனாட்டாரான அவர், மாமிசம் புசிக்காது காய்கனிகளையே உணவாக உண்டு எளிமையாய் வாழ்ந்திருக்கின்றார்.

தமிழகத்திலிருந்தபோது, மொழியாராய்ச்சியோடு அகழ்வாராய்ச்சியிலும் ஈடுபட்ட கால்டுவெல், கொற்கைக்கு அருகில் புதையுண்ட கட்டடங்களின் அடிப்பகுதி, பாண்டிய நாட்டு மீன் சின்னம் பொறித்த நாணயங்கள், உலோகக் கலயங்கள் போன்ற பல தொல்பொருள்களை வெளிக்கொணர்ந்திருக்கின்றார் என்று கூறப்படுகின்றது.

அயலகத்தில் பிறந்தாலும் தம் ஆர்வத்தின் காரணமாக அரிதின் முயன்று தமிழ் பயின்று, 'தமிழ் ஓர் உயர்தனிச் செம்மொழியே; அஃது ஆரியத்தைச் சார்ந்ததன்று' என்பதைத் தம் மொழிநூல் ஆராய்ச்சிகளின் வாயிலாய் அறிந்து அதனை வையத்து மாந்தர்க்கும் ஐயமற விளக்கிய கால்டுவெல்லின் அருந்தொண்டு தமிழ்கூறு நல்லுலகில் குன்றிலிட்ட விளக்காய் என்றும் சுடர்விட்டு ஒளிரும்.

ராபர்ட் கால்டுவெல் எழுதிய **A Comparative Grammar of the Dravidian or South Indian Family of Languages** என்ற நூலின் தமிழாக்கம் "திராவிட மொழிகளின் ஒப்பிலக்கணம்" எனும் நூலாகும்.

இது தென்னிந்தியாவில் பரந்துள்ள பல்வேறு மொழிகள் தொடர்பான ஒரு ஒப்பீட்டு ஆய்வு நூல் ஆகும். இந் நூல் 1856 ஆம் ஆண்டில் முதன்முதலாக

வெளியிடப்பட்டது. தமிழ் மொழிக்கு வெளிநாட்டவர் ஆற்றிய பணிகள் பற்றிப் பேசும்போது முதன்மையாகப் பேசப்படும் நூல்களுள் இதுவும் ஒன்று. திராவிட மொழிகளின் தனித்துவத்துக்கான சான்றுகளை ஒருங்கிணைத்து அனைவரும் ஏற்றுக் கொள்ளத்தக்கதாக நிறுவியது இந் நூலின் முக்கியமான சாதனை. இந்நூலை எழுதிய கால்டுவெல் தனது நூலின் தொடக்கத்தில் இதன் நோக்கம் பற்றிப் பின்வருமாறு கூறுகிறார்.

திராவிட மொழிகளின் மிகப் பழைய அமைப்பு முறை அவற்றின் தனிச் சிறப்பு ஆகியவை பற்றி முழு விளக்கங்களையும் பெறுவதற்கான ஆராய்ச்சிக்குத் துணை புரியும் நம்பிக்கையில் அவ்வினப் பல்வேறு மொழிகளின் இலக்கண விதிகளையும் அமைப்பு முறைகளையும் ஆராய்வதும், ஒன்றோடொன்று ஒப்பு நோக்குவதுமே இந் நூலின் நோக்கமாகும்.

திராவிட மொழிகளுக்குள்ளே மிகப் பழைய காலத்திலேயே திருந்திய நிலை பெற்றதும், நனி மிக நாகரிகம் உடையதாக ஆக்கப் பெற்றதும், பல வகையில் அவ்வின மொழிகளின் பிரதிநிதியாக விளங்குவதுமாகிய தமிழ் மொழியின் அமைப்பு முறை பற்றிய விளக்கங்களைப் பெரும் அளவில் தருவதே இந்நூலாசிரியரின் இடைவிடாச் சிறப்பு நோக்கமாம். என்று தமிழ் மொழி பற்றிய தகவல்கள் இந்நூலில் இருக்கும் என்பதைக் கால்டுவெல் கோடிட்டு காட்டுகிறார். இவ்வாறு ஒப்பீட்டு மொழியியல் நூலொன்றிற்கான பொதுவான நோக்கங்களையே ஆசிரியர் எடுத்துக் கொண்டாலும், அவற்றுக்கும் மேலாகத் திராவிட மொழிகள் தொடர்பாக அன்றைய

இந்தியாவிலும், அதற்கு வெளியிலும் நிலவிய பிழையான கருத்துக்களை மாற்றவும் இந்நூல் உதவியது.

தமிழ் மற்றும் ஏனைய திராவிட மொழிகள் உட்பட்ட எல்லா இந்திய மொழிகளுக்கும் தாய் சமஸ்கிருதமே எனப் பலரும் நம்பியிருந்த ஒரு கால கட்டத்தில், அதனை மறுத்துத் திராவிட மொழிகளின் தொன்மையையும், சிறப்பையும் தகுந்த சான்றுகளுடன் நிறுவி அவற்றுக்குரிய தனிப் பெருமையை உலகுக்கு உணர்த்திய பெருமையும் இந்நூலைச் சாரும். தமிழ், சமஸ்கிருதத்துக்குப் புறம்பான தனியான ஒரு மொழிக் குடும்பம் என்பது மட்டுமன்றி இம் மொழிகளிலிருந்து சமஸ்கிருதமும், பிற இந்திய ஆரிய மொழிகள் பலவும் கூட சொற்களைக் கடன் வாங்கியுள்ளன என்றும் இந் நூல் எடுத்துக் காட்டுகின்றது.

தமிழில்தான் 'உயர்திணை' என்றும் 'அஃறிணை' என்றும் பகுத்தறிவுக்கு ஏற்ப பாகுபாடு உள்ளதென்பதை அழுத்தமுடன் கூறியவர் கால்டுவெல். உலகில் வேறு எந்த மொழியிலும் இந்த நுட்ப இலக்கணப் பாகுபாடு இல்லை என்றும் கூறியவர் அவரே.

நம் தமிழ் மீது தீராக் காதல் கொண்ட கால்டுவெல், தம் இல்லற வாழ்வையும் தமிழர் பாணியில் அமைத்துக் கொண்டார். அப்பொழுது நாகர்கோவிலில் லண்டன் மிஷன் சங்கத்தில் தொண்டாற்றிய சார்லஸ் மார்ட்டின் மகள் எலிசாவைத் திருமணம் செய்து கொண்டார். இருவரும் இணைந்தே நெல்லைச் சீமையில் கல்விப் பணிகளை மேற்கொண்டனர். இவர்கள் மகன் ஆடிஸ்டன் ஆஸ்திரேலியா சென்று மருத்துவப் பணியாற்றித் தொண்டு செய்தார்.

மொழிகளின் மேல் மாறாப் பற்று கொண்ட செம்மல் கால்டுவெல் பதினெட்டு மொழிகளில் புலமை பெற்றவர் ஆவார். நம் தமிழ்மறை திருக்குறளையும், சீவக சிந்தாமணியையும், இலக்கண நூல்களையும் மிகுந்த ஈடுபாட்டுடன் ஆய்ந்தார்.

கிரேக்கம் போன்ற நாடுகளுக்கு தமிழகம் வெறும் அகிலையும், துகிலையும் மட்டும் ஏற்றுமதி செய்யவில்லை. எழிலார்ந்த தமிழ்ச் சொற்களையும் ஏற்றுமதி செய்தது என்பதை ஆணித்தரமாக எடுத்துக் கூறியவர் கால்டுவெல். ஈராயிரம் ஆண்டுகளுக்கு முன்னரே நம் கொற்கைத் துறைமுகத்திலும், தொண்டித் துறைமுகத்திலும் எருமைக் கூட்டங்களைப் போல் கிரேக்க ரோமானியக் கப்பல்கள் வந்து காத்துக் கிடந்த காட்சிகளைப் பெருமிதத்துடன் அகழ்ந்தாய்ந்து வியந்து கூறியவர் இவரே. இப்போதைய 'தூத்துக்குடி'யின் உண்மையப் பெயர் 'தூற்றுக்குடி'யே. ஓர் ஊற்று வற்றிப் போனால், உடனே அதைத் தூர்த்து புதிய ஊற்றை வெட்டிக் கொள்ளும் பேருழைப்பு மண்டியோர் நிறைந்த நகரமே 'தூத்துக்குடி' ஆனது என்பார் கால்டுவெல்.

அவர் ஓரிருமுறை தாயகம் சென்று வந்தாலும், தம் வாழ்நாளில் மிகுதியாக 53 ஆண்டுகள் நம் தமிழ்நாட்டிலேயே வாழ்ந்து, ஊர் ஊராகச் சுழன்று வந்து ஒவ்வோர் இடத்தையும் ஆராய்ந்து பல புதிய கண்டுபிடிப்புகளைக் கூறி தமிழகத்தின் மேன்மையை உலகின் விழிகளுக்கு உணர்த்தினார். தமிழ் பன்னெடுங்காலம் முன்பிருந்து புழங்கிய செவ்வியல் மொழி என்றும், தனித்தியங்கும் ஆற்றல் வாய்ந்த செம்மொழி என்றும் தெள்ளத் தெளிவாக ஆய்ந்து கூறியவரே நம் கால்டுவெல். அறிஞர் அண்ணா

கால்டுவெல் சிறப்பைத் தமிழர்கள் மறவா வண்ணம் சென்னைக் கடற்கரையில் அவருக்கு அழகிய சிலையை நிறுவினார். தமிழ் மண்ணையே தாயகம் ஆக்கிக் கொண்ட செம்மல் கால்டுவெல் தம் இறுதி நாள்களில் கொடைக்கானலில் சிறுகுடில் அமைத்துக் கொண்டு தன் மகனுடன் வாழ்ந்தார்.

தமிழ்மொழியையே சுவாசமாகக் கொண்டிருந்த கால்டுவெல், கடுங்குளிர் காரணமாக கொடைக்கானலில் உடல்நலம் பாதிக்கப்பட்டு 1891 ஆகஸ்ட் 28ம் தேதி தம் 77ம் வயதில் இயற்கை எய்தினார். இடையன்குடியில் அவர் கட்டிய திருத்துவ ஆலயத்தில் அவரது புகழுடல் நல்லடக்கம் செய்யப்பட்டது. அவரது 33 ஆண்டுக் கால கடின உழைப்பில் உருவாகிய திருத்துவ ஆலயமும், இடையன்குடி கிராமமும் என்றும் அவரை நினைவு கூறும். மொழிப் பணியாலும் சமுதாயப் பணியாலும், சமயப் பணியாலும், புகழ் மகுடம் பெற்ற கால்டுவெல் 1891ம் ஆண்டு ஆகஸ்டு மாதம் 28ந் தேதி கொடைக்கானலில் மரணம் அடைந்தார். அவர் பல்லாண்டு பணிபுரிந்த இடையன்குடிக்கே அவர் உடல் கொண்டு வரப்பெற்று அந்த ஆலயத்தில் நல்லடக்கம் செய்யப்பட்டது.

மேன்மை மிகுந்த அம்மாமனிதரின் மாட்சிக்கு என்றென்றும் சாட்சியாக விளங்குவது 'திராவிட மொழிகளின் ஒப்பிலக்கணப்' பணியே.

○○○

5. திருமணம்

தன்னுடைய குடும்ப வாழ்க்கையில் கால்டுவெல் தமது *29*ஆம் வயதில் நாகர்கோவிலில் வாழ்ந்த மால்ட் என்பவரது மகளான எலிசா என்ற ஆங்கிலேயப் பெண்ணை மணமுடித்தார். எலிசா ஆங்கிலமும் தமிழும் நன்கறிந்தவர். இடையன்குடியின் பெண்கள் கல்வி கற்பதற்கும் மக்கள், சுகாதாரத்துடன் வாழவும், குடும்ப மேலாண்மையில் பெண்கள் முன்னேற்றம் காணவும் எலிசா பாடுபட்டார்.

தமிழகம் மட்டுமல்ல கேரளம், கர்நாடகம், துளு, கூர்க் மொழியைப் பேசும் தென் கர்நாடகம், தெலுங்கு, ஓரியா, கோண்டு மொழியைப் பேசும் மக்கள் வாழும் வட ஆந்திரப் பகுதி எனப் பல இடங்களுக்கும் சென்று தமிழ்மொழி ஆய்வு நடத்திய கால்டுவெல்லின் வாழ்க்கை எளிமையானது. பெரும்பாலான இடங்களுக்கு நடந்து செல்வதையே வழக்கமாகக் கொண்டிருந்தார். இவர் செல்லும் ஊர்களில் கிடைக்கும் காய்கனிகளை உண்டு வாழ்ந்தார்.

கால்டுவெல் தமிழகத்திற்கு வந்து தங்கிய பிறகு மூன்றுமுறை மட்டுமே தன்னுடைய தாய்நாட்டுக்குச் சென்று வந்துள்ளார். தன்னுடைய வாழ்நாளை தமிழுக்காகவும் தமிழ் மக்களுக்காகவும் ஒப்படைத்து பணியாற்றியுள்ளார். கி.பி. *1877*இல் திருநெல்வேலி மறை ஆயராக பொறுப்பேற்றுக்கொண்ட கால்டுவெல் *1891* ஜனவரியில் *31*ஆம் ஆண்டு தம் பணியிலிருந்து ஓய்வுபெற்று கொடைக்கானல் சென்று தங்க முடிவு செய்தார்.

○○○

6. கால்டுவெல்லின் தமிழ்க் கொடை

இராபர்ட் கால்டுவெல் இருபத்து நான்காம் வயதில் லண்டன் மிசினரி சொசைட்டி என்னும் கிறித்துவ மதக் குழுவினருடன் சேர்ந்து, மதத்தைப் பரப்புவதற்கென்று 1938 ஜனவரி 8ஆம் தேதி சென்னைக்கு வந்து தமது மதப்பணியைத் தொடங்கினார். பின்னர் இவர் நற்செய்தி பரப்புவதற்கான சபை எனும் குழுவினருடன் இணைந்து கொண்டார். தனது பணிக்குத் தமிழ் மொழி அறிவு முக்கியம் என்பதை உணர்ந்து கால்டுவெல், தமிழை முறைப்படிப் பயிலத் தொடங்கினார்.

சென்னை வந்த அப்பெருமகனார் தமிழ் மீது கொண்ட காதலால் சென்னை மாநகரில் மூன்று ஆண்டுகள் தங்கி தமிழ் மொழியைக் கற்றார். பின்னர் சமயப்பணியைத் தொடர முடிவு செய்தார். கால்டுவெல், சென்னைக்கு வந்ததும் 'துருவர்' எனும் தமிழ் கற்ற அறிஞரைக் கண்டு மகிழ்ந்தார். வின்சுலோ, போப், பவர், ஆண்டர்சன் முதலானவர்கள் பின்னாளில் நண்பர்களாயினர்.

சென்னை மாநகரில் மூன்று ஆண்டுகள் தங்கிய கால்டுவெல் ஏறத்தாழ நானூறு கல்தொலைவில் உள்ள திருநெல்வேலிக்கு நடந்து செல்லத் தீர்மானித்தார். நடந்து செல்லும் போது மக்களின் வாழ்க்கை முறை, பழக்க வழக்கம், மொழி முதலானவற்றை அறியலாம் என நினைத்தார்.

1841ல் குரு பட்டம் பெற்றுத் திருநெல்வேலி சென்று அங்கே இடையன்குடி என்னும் ஊரில் தங்கி ஐம்பது ஆண்டுகள் தமது மதப்பணியுடன் சேர்த்து தமிழ்ப்பணியும் செய்தார். இவர் ஆங்கில மொழியில்

ஆக்கிய திராவிட மொழிகளின் ஒப்பிலக்கணம் என்னும் நூல் உலகெங்கும் இவருக்கு மிகுந்த புகழை ஈட்டித் தந்தது. தமிழ், தெலுங்கு, கன்னடம், மலையாளம் ஆகிய மொழிகள் எல்லாம் ஓரினத்தைச் சேர்ந்தவை என்பதை இந்நூல் மூலம் உலகம் ஒப்ப விளக்கிச் சொன்னார். திராவிட மொழிக் குடும்பம் ஒன்று இருப்பது பற்றிக் கண்டுபிடித்தது இவரல்லர் எனினும் அதற்கான சான்றுகளை ஒருங்கிணைத்து உறுதிப்படுத்தியவர் இவரேயாவார்.

திருநெல்வேலியில் பணியாற்றிய காலத்தில் அதன் வரலாறு பற்றி ஆய்வுகள் செய்துள்ளார். தகவல் சேகரிப்புக்காகச் சங்க இலக்கியங்களின் ஏட்டுப் பிரதிகளைப் படித்தது மட்டுமன்றி அகழ்வாய்வுகளில் ஈடுபட்டுப் பல பண்டைய கட்டிடங்களின் அடிப்படைகளையும் ஈமத் தாழிகள், நாணயங்கள் முதலானவற்றையும் நாட்டுக் காசுகள் பலவற்றையும் கண்டறிந்தார். இந்த ஆய்வுகளின் பெரும்பேறாக திருநெல்வேலி மாவட்டத்தின் அரசியல் மற்றும் பொது வரலாறு என்னும் நூலை எழுதினார். இது 1881ஆம் ஆண்டில் மதராசு அரசினால் வெளியிடப்பட்டது. இது பற்றிக் குறிப்பிட்ட இராபர்ட் எரிக்கு ஃபிரிக்கென்பர்க் என்பார், தொல்லியல், கல்வெட்டியல், இலக்கியம் ஆகிய மூலங்களிலிருந்தான தகவல்களைக் கொண்டு எழுதப்பட்ட இந்நூல் தனி நூல்களுள் முழுமைத் தன்மையில் முதன்மையானது என்பார்.

○○○

7. கால்டுவெல்லின் ஆய்வுப் பயணங்கள்

சிதம்பரத்தில் இருந்த நடராசர் கோயிலைக் கண்டு மகிழ்ந்தார். மயிலாடுதுறை வழியாகச் சென்று கடற்கரையில் அமைந்த தரங்கம்பாடியில் தங்கினார். கத்தும் தரங்கம் எட்டுத்தெறியும் கடலருகே கவினுற விளங்கிய துறையைத் தரங்கம்பாடி என்னும் அழகிய பெயரால் அழைத்த தமிழ் மக்களது அறிவின் பெருமையை வியந்து புகழ்ந்தார். அப்பாடியிலமைந்து பெருந்தொண்டு புரிந்த தேனிய சங்கத்தின் வரலாற்றையும், அச்சங்கத்தார் இயற்றிய தமிழ் நூல்களின் பெருமையையும் அறிந்து அகமகிழ்ந்தார்.

பின்னர் குடந்தை வழியாகத் தஞ்சாவூர் சென்று பெருவுடையார் கோவிலையும், மராட்டிய மன்னர் சரபோஜியால் தோற்றுவிக்கப்பட்ட சரஸ்வதி மஹால் நூலகத்தையும் பார்வையிட்டார். அங்கிருந்த மக்களோடு சில நாட்கள் தங்கியவர் தமிழில் முதல் நாவல் எழுதிய அறிஞரான மாயவரம் வேதநாயகம் பிள்ளை அவர்களையும் கண்டு உரையாடியுள்ளார்.

பின்னர் திருச்சிராப்பள்ளி வழியாக நீலகிரி மலைக்கு சென்றவர் அங்கு 'ஸ்பென்சர்' எனும் கிறித்துவ மதப் பெரியாரைக் கண்டு அவரின் விருந்தினராக ஒரு மாதம் தங்கி படுகர், தோடர்

இடையன்குடி தேவாலயம்

இனமக்களின் மொழியான பழங்கன்னடம் குறித்து ஆய்வு நடத்தினார். பின் கோவை, மதுரை வழியே நெல்லை மாவட்டம் இடையன்குடிக்குச் சென்று அங்கு தங்கி சமயப் பணியாற்றினார்.

○○○

8. இடையன்குடியில் கால்டுவெல்லின் சமூகப்பணி

அக்காலத்தில் இடையன்குடி பனைமரங்கள் நிறைந்த பகுதியாகும். இங்குள்ள மக்கள் பெரும்பாலும் கூரை வீடுகளிலேயே வாழ்ந்து வந்தனர். உயர்ந்து வளர்ந்த பனைமரங்களும், கள்ளிச் செடிகளும், சுள்ளிச் செடிகளும் நிறைந்த இந்தப் பகுதியில் தங்கிய கால்டுவெல் பெருமகனார் அங்கே நவீன குடியிருப்புகளையும் கோயிலையும் உருவாக்கினார்.

தேவாலயம், வீடுகள், தெருக்கள், சாலைச் சந்திப்புகள், கிணறுகள் என அந்தக் கிராமத்தைத் திட்டமிட்டு அவரே வடிவமைத்தார். கிணறுகளைத் தோண்டி தண்ணீர் எடுத்தார். தெருக்களிலும் நிலங்களிலும் மரங்களை நட்டு அழகுபடுத்தினார். அவர் தன் வாழ்வின் இறுதிவரை மரங்களை நடுவதில் ஆர்வம் காட்டினார்.

மன்னர்கள் ஆட்சியின் போது எழுதவும், படிக்கவும் உரிமையில்லாமல் கிடந்த அந்தப் பகுதி மக்களுக்குத் தாய்மொழியைக் கற்றுத் தந்தார். அப்பகுதியில் வாழ்ந்த பெரும்பான்மையான நாடார் இன மக்களைக் கல்வியறிவு பெற்றவராக மாற்றினார். 1947ல் அங்கு கிறித்துவ தேவாலயப் பணியைத் தொடங்கி கடுமையான நிதி நெருக்கடியில் சிக்கி 32 ஆண்டுகளுக்குப் பிறகு 1880ல் கோவிலைக் கட்டி முடித்தார்.

சென்னை மாநில ஆளுநராக இருந்த நேப்பியர் அவர்கள் கால்டுவெல்லின் திருப்பணிகளைக் காண விரும்பி இடையன்குடிக்கு வந்து ஒருவாரம் அங்கே தங்கினார் எனத் தெரிகிறது. மேலும் ஆலய திருப்பணிக்கு ரூ. *500*/- நன்கொடை வழங்கியதாகவும் தெரிகிறது.

இடையன்குடியில் சமயப்பணியைத் தொடர்ந்தபடியே தமிழ், தெலுங்கு, கன்னடம், மலையாளம், துளு, கூர்க், துதம், கோதம், கோந்த், ஓரியன், பிராகி மற்றும் வடமொழியாகிய சமஸ்கிருதம் ஆகிய மொழிகளைக் கற்றுத் தேர்ந்து இந்த மொழிகளிலிருந்து வேறுபட்டுத் தமிழ் மொழிக்கு மட்டுமே உள்ள சிறப்புகளை ஆய்வு செய்தார்.

மற்ற மொழிகளில் இல்லாத பல சிறப்பு தமிழில் இருப்பதை உணர்ந்த கால்டுவெல்லின் கவனம் தமிழ் இலக்கியங்களின் பக்கம் திரும்பியது. திருக்குறள், சீவகசிந்தாமணி, நன்னூல் முதலிய நூல்களைக் கற்றார்.

○○○

9. கால்டுவெல்லின் திருநெல்வேலி ஆய்வு

திருநெல்வேலி மாவட்டத்தின் அரசியல் மற்றும் பொது வரலாறுகளைக் கொண்ட நூலில், இந்தியர்களுக்கு வரலாற்று அறிவோ, நிகழ்வுகளை ஆவணப்பூர்வமாகப் பதிந்து வைக்கும் அவசியமோ தெரியவில்லை என்ற பொதுவான குற்றச்சாட்டுடன் தொடங்கும் கால்டுவெல், ஒன்பது பகுதிகளாக நூலை எழுதியிருக்கிறார்.

முதல் இயலின் மாலிக்கபூர் படையெடுப்பு, காயல் துறைமுகத்தில் நடந்த முத்துக்குளிப்பு என ஒவ்வொரு இயலையும் வரலாற்றுப்பூர்வமாக உருவாக்கியிருக்கிறார்.

கட்டபொம்மன் தூக்கிலிடப்படும் நிகழ்வு, ஊமைத்துரை, மருது சகோதரர்களை ஆங்கிலேயர் வென்ற நிகழ்வுகள் முகமது யூசுப்கானிடமிருந்து மதுரையை ஆங்கிலேயர் கைப்பற்றிய வரலாறு போன்றவற்றைத் தெளிவாக இந்நூலில் குறிப்பிட்டுள்ளார்.

இந்நூலில் பழைய ஈபுரு மொழியில் வழங்கும் துகி என்னும் சொல் தமிழின் தோகை என்னும் சொல்லின் திரிபு எனவும், அரிசி என்பது கிரேக்க மொழியில் அருசா என வழங்குவதையும் குறிப்பிட்டுள்ள

கால்டுவெல், பழந்தமிழரின் வாணிப நகரமாக இருந்த கொற்கைத் துறைமுகம் பற்றிய ஆய்வுகளை மேற்கொண்டு துறைமுகத்தின் அருகே இருந்த அக்கசாலை (பொற்காசு செய்யும் இடம்) என்ற ஊரின் சிறப்பை வெளிக்கொண்டு வந்தார்.

மேலும், கொற்கையின் அகழாய்வுப் பணியைத் தம் சொந்த முயற்சியில் செய்துள்ளார். ஆறடிக்கு கீழ் மணற்பாறையும், அதன் பிறகு கடற்கரைக் குறுமணலும் கடல் சங்கும் சிப்பிகளும் மூழ்கிக் கிடந்ததை உலகிற்கு வெளிப்படுத்தினார். இன்றுள்ள கொற்கைக்கு அப்பால் 5 கல்லில் கடல் உள்வாங்கி உள்ளது என்று ஆய்வுக் கட்டுரையில் குறிப்பிட்டார்.

பழங்காயல் என்னும் ஊரையும் ஆய்வு செய்தார். இவ்வூரும் பண்டைய கடற்கரைத் துறைமுகமாக இருந்திருக்க வேண்டும் என எழுதினார். இந்தக் காலக்கட்டங்களில், சிங்கள வரலாற்று இலக்கிய நூலான மகாவம்சம் நூலின் துணைகொண்டு ஈழ, தமிழக உறவுகளையும் கால்டுவெல் ஆய்வு செய்தார். பத்தொன்பதாம் நூற்றாண்டில் இந்திய மொழிகள் பற்றி மேல்நாட்டு அறிஞர்கள் எழுதிய பல கட்டுரைகளை ஆய்வு செய்தார். அவ்வகையில்

பழந்தமிழ்ச் சொற்களைப் பழங்கன்னடச் சொற்களோடும் பழைய தெலுங்குச் சொற்களோடும் கால்டுவெல் ஒப்புநோக்கிய போது அடிச் சொற்கள் ஒத்திருப்பதைக் கண்டார். தென்னிந்திய மொழிக் குடும்பத்தில் ஆறு மொழிகள் திருந்திய மொழிகள் எனவும், ஆறு மொழிகள் திருந்தாத மொழிகள் எனக் கண்டார்.

ஏறத்தாழ பதினைந்து ஆண்டுகள் கடுமையாக உழைத்து தென்னிந்திய மொழிகளுக்கு இடையே உள்ள உறவுகளை ஒப்பிட்டுத் தான் எழுதிய ஆய்வுக் கட்டுரைகளையும், தமிழக மெங்கும் தாம் மேற்கொண்ட பயணத்தின் வழியாக மொழிகளில் தனக்குக் கிடைத்த தரவுகளையும் ஒன்று திரட்டிய கால்டுவெல் ஆய்வுக்கட்டுரைகளை எழுதினார். பின்னர் அவற்றையெல்லாம் தொகுத்து 1856ல் "திராவிட மொழிகளின் ஒப்பிலக்கணம்" என்ற ஆய்வு நூலை ஆங்கிலத்தில் வெளியிட்டார்.

அதில் மலையாளம், தெலுங்கு, கன்னடம், துளு ஆகிய மொழிகளில் உள்ள சமஸ்கிருத மொழியின் கலப்பு குறித்த தனது ஆய்வில் இந்த மொழிக் கலப்பு உண்மையான தேவை குறித்து மேற்கொள்ளாது, காலக்கோளாறு விரும்பும் வெளிப்பாடு காரணமாகவே மேற்கொள்ளப்பட்டது என்று கூறினார்.

மேலும் தெலுங்கு, கன்னடம், மலையாளம் ஆகிய மொழிகள் தத்தம் தனி நிலைகளை நிலைநாட்டுவது அறவே இயலாது என்ற அளவு சமஸ்கிருத சொற்களை அளவுக்கு மீறிக் கடன் வாங்கியுள்ளன. ஆதலின் சமஸ்கிருதக் கலவைகளைக் கைவிடுவது தெலுங்கு மொழிக்கு அரிதாம் என்பது உண்மை. கன்னடத்திற்கு அதனிலும் அரிதாம். மலையாளத்திற்கு அவை எல்லாவற்றைக் காட்டிலும் அரிதாம் என்றார்.

ஆனால் திராவிட மொழிகளில் அனைத்திலும் உயர் தனிச் செம்மொழியாய் நிலைபெற்று விளங்கும் "தமிழ்" தன்னிடையே இடம் பெற்றிருக்கும் சமஸ்கிருத

சொற்களை ஒழித்துவிட்டு தனித்து உயிர் வாழ்வதோடு அவற்றின் துணையை ஒரு சிறிதும் வேண்டாமல் வளம்பெற்று வளர்வதும் இயலும்.

அவ்வாறு கைவிடுவது ஒன்றினாலேயே தமிழ்மொழி முன்னைய நிலையிலும் சிறந்த உயர் தனிச் செம்மொழியாகப் பெரு நிலையைப் பெற்றுவிடும் என்று கூறினார்.

கால்டுவெல் பெருமகனாரின் இந்த ஆய்வு நூல் தேவ பாஷையான சமஸ்கிருதம் தான் இந்திய மொழிகளுக்கெல்லாம் தாய்மொழி, மற்றதெல்லாம் நீஷ மொழிகள் என்று ஏளனம் செய்து கொண்டிருந்த வடமொழி ஆசிரியர்கள் எல்லாரையும் அடித்துத் தள்ளியது.

உலக அரங்கில் இருந்த அனைத்து மொழி அறிஞர்களும் "கால்டுவெல்" அவர்களின் ஆய்வு முடிவுகளை ஏற்றனர். கால்டுவெல்லின் ஆய்வுகளில் மொழி ஆய்வு அனைவராலும் போற்றப்பட்டது.

கால்டுவெல் பெருமகனாரின் ஆய்வுப் பணிகளைக் கண்ட "கிளாஸ்கோ" பல்கலைக்கழகம் அவருக்கு முனைவர் பட்டம் வழங்கிச் சிறப்பித்தது. அதன் பிறகுதான் தமிழ் மொழியும் செம்மொழி தான் என உலகம் ஒத்துக் கொண்டது.

இந்தியாவுக்கு வந்த பின்னர் பதினைந்து மொழிகளைக் கற்றுக் கொண்டார். தமிழகம் முழுவதும் சுற்றுப் பயணம் செய்தவர் பல்வேறு இடங்களில் தமிழ் மக்களின் பழக்கவழக்கம், பண்பாடு போன்றவற்றையும் அவர்களின் வாழ்க்கை முறையைப் பற்றியும் நிரம்ப

அறிந்தவர். கிறித்துவம் தவிர பல்வேறு சமய அறிவு நிரம்பப் பெற்றவர்.

எனவே தம் அறிவு முழுமையும் பயன்படுத்தி பல மொழி நூலையும், வரலாற்று நூலையும், சமய நூலையும், உருவாக்கித் தமிழர் பெருமைகளை உலகிற்கு எடுத்துக் காட்டினார்.

OOO

10. திராவிடம் என்ற சொல்லை உரக்கச் சொன்னார்

இப்போதுள்ள நூல்களின் வரிசையில் திராவிடம் என்ற சொல் முதன்முதலில் கால்டுவெல் அவர்களால் தான் பயன்படுத்தப்பட்டுள்ளது. இந்த மண்ணில் காலம் காலமாக வாழ்ந்தவர்கள் திராவிடர்கள் (தமிழர்கள்) அவர்கள் பேசிய மொழி தமிழ் என்பதை சரியான ஆய்வுகளின்படி உலகிற்குக் காட்டியவர்.

கல்வி, சுகாதாரம், பொருளாதார வசதிகளில் நம்மைக் காட்டிலும் பல மடங்கு உயர்ந்த நிலையிலிருந்து இங்கிலாந்தில் படித்துப் பட்டம் பெற்ற ஒருவர் அங்கிருந்து எந்த வசதியுமில்லாத தமிழகத்தின் கிராமங்களுக்குக் கால்நடையாகச் சென்று மதம், கடவுள், பேய், பிசாசு என்ற மூடநம்பிக்கைகளிலும் சாதிய ஏற்றத் தாழ்வுகளிலும் சிக்கிக் கிடந்த, இந்த மண்ணில் வாழ்ந்து வந்த மக்களிடம் ஆய்வு மேற்கொண்டு, அதை உலகின் பார்வைக்குக் கொண்டு சென்று தமிழ் மொழிதான் உலகின் முதல் மொழி என்று அடையாளம் காட்டிய பெருமைக்குரியவர் கால்டுவெல்,

தமிழ் மொழிக்கு உள்ள வரலாற்றுப் பழமை, தொன்மை, தனித்து நிற்கும் சொல்வளம் போன்ற பல சிறப்புத் தன்மைகள் நமக்கெல்லாம் முழுமையாகத் தெரியவில்லை. தெரிந்த சிலர் சொன்னதை உலகம் ஏற்கவில்லை. அல்லது அவர்கள் ஏற்றுக் கொள்ளும்

வகையில் நம்மவர்களால் சொல்ல முடியவில்லை. தெரியாமலிருந்த அல்லது மறைக்கப்பட்ட தமிழ் மொழியின் பெருமைகளையெல்லாம் உலகுக்கு எடுத்துக்காட்டியவர் இராபர்ட் கால்டுவெல்.

சமஸ்கிருதமே அனைத்து மொழிகளுக்கும் தாய். அதுவே உயர்ந்த மொழி என்று, அந்நாள் வரை, நிலை நாட்டப்பட்டிருந்த எண்ணத்தை உடைத்து தூள் தூளாக்கி தமிழே தென்னிந்திய மொழிகளின் தாய். அழகும் வளமும் நிறைந்து தனித்தியங்கும் வல்லமை பெற்ற செம்மொழி தமிழ் என்பதைத் தக்க சான்று களுடன் ஆணித்தரமாக நிலை நாட்டினார்.

திராவிடக் குடும்பத்தில் தொன்மையும், செம்மையும் வாய்ந்து விளங்கும் மொழி தமிழ் மொழியே என்பதையும் நிரூபித்தார். உலகில் வேறு எந்த மொழி நூல்களிலும் காணப்படாத வகையில் பெயர்களை உயர்திணை என்றும், அஃறிணை என்றும் திராவிட இலக்கண நூலோர் வகுத்திருந்த செவ்வியல் முறை கண்டு வியந்து போனார்.

○○○

11. திருநெல்வேலி - இடையன்குடி

திருநெல்வேலியில் இருந்த போது கால்டுவெல் கோயிலையும் குடியிருப்பையும் திருத்தியமைக்கத் தொடங்கினார். திருக்கோவிலைச் சுற்றியிருந்த நிலங்களை விலைகொடுத்து வாங்கினார்.

அந்நிலங்களில் தொன்றுதொட்டுக் குடியேற்றுரிமையின் பெயரால் வீடுகட்டும் காலங்களில் கடமை பெற்று வந்த சில நாட்டார்களின் உரிமைகளைத் தக்க விலை கொடுத்து விலக்கினார்.

இங்ஙனம் வில்லங்கத்தைத் தீர்த்தொழிந்த பின்பு அந்நிலங்களைத் திருத்தத் தொடங்கினார். மருங்கும் பரந்து கிடந்த கள்ளியையும் முள்ளியையும் களைந்தெறிந்து தெருக்களைத் திருத்தமுற வகுத்து சந்திகளில் கிணறுகளமைத்து நிழல் விரிக்கும் மரங்களை வீதியின் இரு சிறகும் நட்டு செவ்விய முறையில் சிறு வீடுகள் கட்டுவித்தார். எண்ணும் எழுத்தும் அறியாதிருந்த அவ்வூர்ச் சிறுவர் சிறுமியர்க்கு எழுதவும், படிக்கவும் கற்பிக்க கருதிப் பாடசாலைகள் நிறுவினார்.

ஆண்டுக்கொரு முறையேனும் குளிர்ந்த மலைகளில் சில காலம் வசித்து தளர்வுற்ற உடலைத் தேற்றக் கருதிய கால்டுவெல் குற்றால மலையின் பெருமையைக் கேள்வியுற்றுச் சாரல் காலத்தில் அங்கு சென்றார்.

மரங்களில் வானரங்கள் மந்தியொடு கொஞ்சும் மாண்பினைக் கண்டு நெஞ்சம் தழைத்த கால்டுவெல் மூன்று மாத காலம் அங்கு உறைந்து முற்றிய இன்பமுற்றார். ஆயினும் சாரல் பருவம் கழிந்த பின்னர் குற்றால மலையில் மலைக்காய்ச்சல் முதலிய தொற்று நோய்கள் தொற்றக் கண்டு அம்மலையை விட்டு அகன்றார்.

குற்றால மலை, அசம்பு மலை ஆகிய இரண்டு மலைகளில் இருந்து நீங்கி, பாண்டிய நாட்டிலமைந்த கொடைக்கானலின் செழுமைகளைக் கால்டுவெல் நீண்ட நாளாக அறியாமல் இருந்தார். நாற்பதாண்டுகளாகத் தேரியின் வெம்மையைத் தாங்கிப் பணியாற்றிய நிலையில் கொடைக்கானல் மலைக்காற்று அவர் மேனியைக் குளிர்விப்பதாயிற்று.

கால்டுவெல் கிருத்தவ வேத நூல் ஆக்கம், தமிழிலமைந்த பிரார்த்தனை நூலைத் திருத்தும் பொறுப்பை மேற்கொண்டு கழகத்தில் ஓர் உறுப்பினராய்ச் சேர்ந்துழைக்கும் உரிமை பெற்றார். நெடுங்காலமாக ராட்லர் விளங்கியது.

அப்பாதிரியார் தமிழ் மொழியில் சிறந்த புலமை வாய்ந்தவராயினும் ஆங்கில மொழியிலமைந்த பிரார்த்தனை நூலில் செவ்விய நலங்களை அறிதற்குரிய ஆங்கிலப் பயிற்சியற்றவராய் இருந்தமையால் அவர் மொழிபெயர்த்த பிரார்த்தனை நூல், மூல நூலின் செவ்விய நலங்களை அறிதற்குரிய திறமற்றிருந்தது.

ஆகவே அந்நூலைத் திருத்தி அமைக்கக் கருதிய சென்னை அத்தியட்ச குரு தமிழறிந்த ஆங்கிலத்

தொண்டரனைவரையும் அங்கத்தினராகக் கொண்டு கழகம் ஒன்றை அமைத்தார்.

பாளையங்கோட்டையில் பெரியாரும், மெஞ் ஞானபுரத்தில் தன்னேரில்லாத் தக்காராய்த் திகழ்ந்த 'தாமஸ்' என்னும் அறிஞரும், சாயர்புரத்தில் பைந்தமிழ்ச் செல்வராய் இலங்கிய போப்பையரும், இடையன்குடியில் இணையற்ற புலமை வாய்ந்திருந்த கால்டுவெல்லும் அக்கழகத்தில் உறுப்பினராயமைந்தார்கள்.

அக்கழகத்தார் நான்கு ஆண்டுகளாகப் பிரார்த்தனை நூலை நன்கு ஆராய்ந்து திருத்தி வெளியிட்டார்கள். தமிழறிஞர் கழகமே அப்பெரும்பணியை ஆற்றும் தகுதி வாய்ந்ததென்று கருதிய சென்னை அத்தியட்ச குரு, தமிழ் நாட்டிலமைந்த சமயத் தொண்டருதவியை நாடினார்.

அக்கருத்தை ஆதரித்துத் தமிழகத்திலமைந்த ஒவ்வொரு கிறித்துவ சங்கமும், தக்க பணி செய்ய அனுப்பியது. இங்ஙனம் தேர்ந்தெடுக்கப் பெற்ற பன்னிருவருள் கால்டுவெல்லும் ஒருவராய் விளங்கினார். அக்கழகத்தின் தலைவராயமைந்தவர் தொடங்கிய அரும்பணி பதினோராண்டுகளில் முற்றுப் பெற்றது.

தமிழறிஞர் பன்னிருவர் அப்பணியில் தலைப்பட்டாரேனும் வேலை முடியும் அளவும் ஊக்கமுடன் பணிசெய்த தொண்டர் மூவர் ஆவர். அவருள் தலைசிறந்தவர் கால்டுவெல்.

குற்றால மலையிலும், கொடைக்கானல் மலையிலும் நான்கு கழகக் கூட்டங்கள் நிகழ்ந்தன. இங்ஙனம்

ஒருமையுடன் இருந்து பழுதற ஆராய்ந்து கழகத்தார் வெளியிட்ட தமிழ் வேதம் பெரும்பாலோரால் நன்றென ஏற்றுப் போற்றப்பட்டது. ஆயினும் தரங்கம்பாடி லூதர் சபையார் பாப்ரீசியர் மொழிபெயர்ப்பே அருமை வாய்ந்தது எனக் கருதி அதனையே பாராட்டிப் படிப்பாராயினர்.

கால்டுவெல் பாரத நாட்டின் பழம் பெருமையைப் பலவகைச் சான்றுகளால் நிறுவக் கருதினார். தமிழகம் என்று முற்காலத்தில் வழங்கிய, தமிழ்நாடு நெடியோன் மலையை வட எல்லையாகவும், குமரியாற்றைத் தென் எல்லையாகவும் கொண்டு திகழ்ந்ததென்று தொல்லாசிரியர் கூறினர். ஆயினும் செந்தமிழ்ப் பனுவலாய சிலப்பதிகாரம் எழுந்த காலத்து குமரிக்கடலே தமிழகத்தின் தென் எல்லையாக அமைந்ததென்பதை,

"நெடியோன் குன்றமும் தொடியோள் பௌவமும்
தமிழ் வரம்பறுத்த தண்புனல் நாடு"

என்னும் அடிகளால் அறியலாம்.

இரண்டாயிரம் ஆண்டுகட்கு முன்னரே, இந்நாட்டில் வழங்கிய தமிழகம் என்னும் சொல்லை யவனர் "தமிரக" என்று சிதைத்துத் தம் குறிப்புக்களில் எழுதிப்போன முறை அறியத்தக்கதாகும். 'ழ' கரம் திராவிட மொழிக்குரிய சிறப்பொலியாதலால் அவ்வொலித் திறத்தினை உள்ளவாறுணர்ந்தும் தம் மொழிகளில் குறிக்க இயலாத மேலைநாட்டு வணிகர் அதனை 'ர' கரமாகச் சிதைத்து வழங்குவராயினர். ஆதியில் திராவிட இனத்தைச் சேர்ந்த எல்லா மொழிகளிலும் வழங்கிய 'ழ' கரம் இப்பொழுது மலையாளம், தமிழ் ஆகிய இரு மொழிகளிலேயே காணப்படுகிறது.

திராவிட மொழிகளுக்கே சிறப்பாக உரிய பல கூறுகளைக் கால்டுவெல் அறிஞர் ஒப்பிலக்கணத்தில் விளக்கிக் காட்டியுள்ளார். ஆரிய மொழியிலும் திராவிட மொழியிலும் வழங்கும் பொதுச் சொற்களனைத்தும் ஆரியச் சொற்களேயென்று ஒரு தலையாகக் கூறுதல் உண்மை காணும் பெருநோக்கத்திற்கும் பொருந்தா தென்பது கால்டுவெல் அறிஞர் கருத்தாகும். இரு மொழிகளிலும் காணப்படும் சொற்களின் நிலை நோக்கி ஆராய்ந்து அவற்றின் பிறப்பு முறை துணிதலே மொழி நூல் முறைக்கு ஏற்றதாகும் என்று உணர்த்தியுள்ளார்.

"எப்பொருள் எத்தன்மைத் தாயினும் அப்பொருள்
மெய்ப்பொருள் காண்பது அறிவு."

என்னும் முதுநெறியைத் தழுவி வடமொழியிலும் தென்மொழியிலும் வழங்கும் சொற்களை மொழிநூல் முறைக்கிணங்க ஆராய்ந்து அவற்றின் பிறப்பையும் சிறப்பையும் சுட்டினார்.

தென்னிந்திய மொழிகளின் ஒப்பிலக்கணம் என்னும் உயரிய நூலின்கண் அமைந்துள்ள அடிப்படையான கொள்கைகள் அறியத் தக்கனவாம். ஆரிய குடும்பத்தில் தொன்மையும் செம்மையும் வாய்ந்து விளங்கும் வட மொழியைப் போலவே, திராவிடக் குடும்பத்தில் தொன்மையும் செம்மையும் வாய்ந்து விளங்கும் மொழி தமிழ்மொழி என்பது ஒப்பிலக்கணக் கொள்கைகளுள் ஒன்றாகும்.

கால்டுவெல் பொருணைநாட்டின் வரலாற்றை விளக்குவதற்கு அவர் மேற்கொண்ட ஆய்வுகள் நம்மை வியக்க வைக்கின்றன. தென்பாண்டி நாட்டின்

வளத்தை கூறும் பண்டைய நூல்களைத் தேடித் தேடி படித்தார், பழைய யவனர் புகழுரையால் போற்றப்படும் தமிழகத் துறைமுகங்களை அறிந்து கால்டுவெல் போற்றியுள்ளார். வெளிநாட்டு வணிகர்கள், அறிஞர்கள் செய்த பயணங்களை வரைபடமாகத் திறம்பட விளக்கிய சிறந்த சரித்திர ஆசிரியராக விளங்கினார், கால்டுவெல். பொருணையாற்றின் பெருமையைப் பண்டைப்புலவர்கள் பலர் விளக்கிக் கூறியதை அறிவதற்காக திருநெல்வேலிப் பாளையங்கோட்டையில் தங்கி இருந்தார். அங்கு தமிழ்ப் புலவர்களிடம் கல்வியை கற்று, அவர்கள் அன்பையும் பெற்றார். தமிழ் மக்கள் நல்ல நெறியுடையவர்கள் எச்சமயத்தாராயினும், விருந்தோம்பும் அவர்களது பண்பாடுகளை வியந்து பாராட்டினார்.

நெல்லை நாட்டில், கிறிஸ்தவ சமயம் வேரூன்றி நின்ற நாசரேத் என்னும் ஊரிலுள்ள கிறிஸ்தவக் கோயிலில்,

"கங்குல் கழிந்தது காண் காலையுங் கையது காண்
காரிருட் செயல்களையெலாம் கழற்றி எறிவோமே பொங்கொளி
போர்க்கவசம் போர்த்து செயல் புரிவோம்
புண்ணியன் ஏசுவினை நண்ணியே வாழ்வீரே!"

என்னும் பொருளுள்ள விவிலியத் திருமொழியை அடிப்படையாகக் கொண்டு ஒரு ஞானப்பேருரை நிகழ்த்தினார்.

குளிர்மிக்க நாட்டில் பிறந்து வளர்ந்த ஓர் இளைஞன் கடுவெயில் மிக்க, எவ்வித இயற்கை வளமும், செயற்கை நலனுமில்லாத ஒரு பட்டிக்காட்டில் தன் வாழ்நாள் முழுவதும் கழிக்கத் துணிவு கொண்டதை, நாம்

கருதும்போது, இவருடைய உள்ளத்தின் உறுதியும், தெய்வப் பணியில் கொண்டுள்ள திட்பநிலையும் அறியும்போது மெய்சிலிர்க்கிறது.

இடைவிடாத உழைப்பும், பதினாறு ஆண்டுகளாக வெப்பம் மிகுந்த நாட்டில் தங்கியதும் இவருடைய உடல் நலத்தை நலிவித்தன. உடல் நலம் கருதி *1854*ஆம் ஆண்டு ஆங்கில நாட்டுக்குச் சென்றார். சென்றவுடன் தாம் இதுவரை குறித்து வைத்திருந்த தென் இந்திய மொழிகள், வரலாறு முதலியவற்றைப் பற்றிய குறிப்புகளை எல்லாம் தொடர்புபடுத்தி ஒரு நூலாக எழுதத் தொடங்கினார். இந்நூலை *1856*ஆம் ஆண்டு ஜூன் மாதம் இரண்டாம் நாள் லண்டன் நகரத்தில் வெளியிட்டார்.

கால்டுவெல் சொன்ன திராவிடக் கருத்தாக்கத்தை முதல் மலையாள இலக்கண நூலான லீலாதிலகம் கி.பி. *14*ஆம் நூற்றாண்டிலேயே நிலைநாட்டியுள்ளது. தமிழும் மலைநாட்டுத் தமிழும் துளு, தெலுங்கு, கன்னடம் போன்ற மொழிகளும் ஒரு அமைப்புடையன; வடமொழி வேறு அமைப்புடையது என்று அது அன்றே கூறியுள்ளது.

இந்தியா முழுவதும் திராவிட மொழி பேசியவர்கள் பரவியிருந்தார்கள். அவர்கள் வெளியிலிருந்து வந்த இந்தோ ஆரிய மொழியான வடமொழித் தாக்கத்தால் பிராகிருத மொழி பேசுபவர்களாகவும் பிற்காலத்தில் இன்றைய வட இந்திய மொழி பேசுபவர்களாகவும் மாறினார்கள். எனவே இந்திய நாகரிகத்தில் திராவிடப் பண்பே அடிஉறையாக ஓங்கியிருக்கிறது. அதனால்

இந்தியரிடையே காணப்படும் ஒருமைப்பாட்டுக்கு இத்திராவிடப் பண்பே காரணம் என்று எஸ்.கே. சட்டர்ஜி, தெ.பொ.மீ., வ.வே. சுப்பிரமணியம் போன்ற அறிஞர்கள் வற்புறுத்திக் காட்டியிருப்பதைப் போல நாம் பார்க்கப் பழகிக் கொள்ள வேண்டும்.

கால்டுவெல்லின் தனித்தன்மை திராவிட மொழியியல்

சீகன் பால்கு, வீரமாமுனிவர் ஆகியோருக்குப் பின் 19ஆம் நூற்றாண்டில் தமிழ் இலக்கணம் எழுதிய ஆண்டர்சன், கிரால், தேனியஸ், போப் முதலாகப் பலர் தனித்தமிழ் இலக்கணத்தை எழுதக் கால்டுவெல்தான் திராவிடமொழிகளுக்கு ஒரு ஒப்புமை இலக்கணம் எழுதினார். இது ஐரோப்பிய ஒப்புமை மொழிநூல் கல்வியால் கால்டுவெல் கைக்கொண்ட பார்வை. இம்முறையில் மொழிக் குடும்ப ஆராய்ச்சியை மேற்கொண்டு கால்டுவெல் எழுதிய இலக்கணம் தனித்தன்மை வாய்ந்தது.

இவ்விலக்கணப் பார்வையால் பாணிணீயம், குண்டர்ட்டின் இலக்கணம் போன்றவை எழுதப் பெற்றன. கன்னடம் தெலுங்கிலும் இவரது இலக்கணம் தன் பாதிப்பை ஏற்படுத்தியுள்ளது.

தமிழில் இதன் பாதிப்பு அரசியல் தளத்தில் ஏற்பட்ட அளவு இலக்கண ஆராய்ச்சியில் ஆக்கத்தில் ஏற்பட்டதாகக் கூறமுடியாது. கால்டுவெல் இவ்வாறு கூறுகிறார்.

ooo

12. திராவிடமொழிக் குடும்பம்

1856இல் ஒப்பிலக்கணத்தை எழுதி வெளியிடுவதற்கு நாற்பதாண்டுகளுக்கும் முன்பே திராவிட மொழிக்குடும்பம் என்ற கருத்தாக்கத்தை முன் மொழிந்தவர் பிரான்சிஸ் ஒயிட் எல்லிஸ் (1777-1819). பத்தொன்பதாம் நூற்றாண்டில் சென்னையில் அமைக்கப் பெற்ற சென்னைக் கல்விச் சங்கம் திராவிட மொழி அறிஞர்களை ஒருங்கிணைத்து ஒப்புமைக் கல்வி முறையை உருவாக்கியதையும், அதில் முக்கியப் பங்கெடுத்த எல்லீஸ் தலைமையில் இயங்கிய வெளிநாட்டு உள்நாட்டு அறிஞர்கள் குழுவில் உருவானதே திராவிடக் குடும்பம் என்ற கருத்தாக்கம் என்பதையும், அதில் இந்தோ ஐரோப்பியத்திலிருந்து வேறான கோலாரின் அல்லது முண்டா அல்லது ஆஸ்ட்ரோ ஆசியாடிக் குடும்பம் சாராத மொழிகள் திராவிட மொழிகள் என மெய்ப்பித்தது கால்டுவெல் செய்த முக்கிய பணி என்றும் சுட்டிக் காட்டியுள்ளார் டிரவுட்மன்.

இருபதாம் நூற்றாண்டில் தோன்றிய மலையாள இலக்கணம் கேரள பாணிணீயம் கன்னடத்தில் எழுந்த கிட்டல் எழுதிய இலக்கணம், தெலுங்கில் பிரௌன் எழுதிய தெலுங்கு இலக்கணம் போன்ற இலக்கணங்கள் இவர் கருத்தை எடுத்து விவாதிக்கின்றன.

இவ்வாறு திராவிட மொழிக் குடும்பம் என்ற முடிவை எட்டுவதற்கும், அது பின் அறிவியல் கருத்தாக ஏற்கப்பட்டதற்கும் கால்டுவெல் அவர்கள் செய்த ஒப்பியல் மொழி இலக்கண ஆராய்ச்சி பெரிதும் உதவியது.

சீகன் பால்கு, கிரால், குண்டர்ட் போன்ற பிற கிறித்தவ இலக்கண ஆசிரியர்கள் அவ்வம்மொழிக்குத் தனித்தனியாக இலக்கணம் எழுத, இவர் திராவிட மொழிகளுக்கு எழுதினார் என்பதை இங்கு குறிப்பிட்டுச் சொல்லவேண்டும்.

வீரமாமுனிவர் திராவம் என்ற சொல்லை ஆண்டாலும் அது தமிழைக் குறிப்பதாகத் தோன்றுகிறது. (அடிக்குறிப்பு 193 தொன்னூல் விளக்கம் திராவடம் அன்றியுந்திராவடமொன்று தமிழ் நாடாகும். தமிழுமிருவகைத்தாகிப் பதின்மூன்று குறுநிலத்துளடங்கிச் செந்தமிழென்றொரு நிலத்திலும் கொடுந் தமிழென்றொரு பன்னிரு நிலத்திலும் வழங்கும். அவற்றின் னெல்லையு பெயருஞ் சூத்திரத்திற் காண்க. ஆகையிலெல்லாந் தமிழ்ச் சொல்லாயினு மவ்வவ நாட்டுத் தேசிகச் சொல்லாகப் பலமொழி தத்தங்குறிப்பான் வழங்கும்.)

தென்னிந்திய மொழிகளில் ஒப்பியல் மொழி நூல் கல்வி தோன்றி வளர்வதற்குக் கால்டுவெல்லின் பங்கு குறிப்பிடத்தக்கது.

○○○

13. கால்டுவெல் உருவாக்கிய ஆய்வுப் பணிகள்

தமிழ்ப் பணியும் சமயத்தொண்டும் இந்தியாவில் ஆற்றிய ஐரோப்பிய அறிஞர்களுள் இராபர்ட் கால்டுவெல் குறிப்பிடத் தகுந்தவர் (1814–1891). இவரின் ஆய்வுப் பங்களிப்பு மிகவும் குறிப்பிடத்தகுந்தது. திராவிட மொழிகளை ஒப்பிட்டு ஆராய்ந்து திராவிட மொழிக்குடும்பம் என்னும் புதிய ஆய்வுக் கருத்தினைக் கண்டறிந்து உலகுக்கு அறிவித்தவர். இதுமட்டும் அல்லாமல் இவர் பல்வேறு காலங்களில் மொழிக்கும், சமயத்திற்கும், பண்பாட்டுக்கும், இலக்கியத்திற்கும் பங்காற்றியுள்ளார். அவர் இயற்றியவற்றுள் இன்றியமையாதனவையாகக் கருதப்படுபவன,

1. இடையன்குடி மிஷன் (1844, 1847)
2. திருநெல்வேலி சாணார்கள் (1849)
3. திராவிடமொழிகளின் ஒப்பிலக்கணம் (1856)
4. திருநெல்வேலி மிஷன் பற்றிய சொற்பொழிவுகள் (1857)
5. இந்தியாவில் கிறித்தவத்தின் வளர்ச்சி (1857)
6. இந்துக்களின் இறைவிளக்கம் (1863)
7. இந்தியாவின் மொழிகளும் மறைப்பணிகளோடு அவற்றின் உறவுகளும் (1875)
8. உயர்சாதி மக்களிடம் மறைப்பணியாற்றுதல் (1876, 1877, 1878)

9. திருநெல்வேலி மிஷனின் முதல் நூற்றாண்டு *(1880)*

10. தொடக்கக் காலம் முதல் ஆங்கில ஆட்சி வரையிலான திருநெல்வேலி மாவட்டத்தின் அரசியல் வரலாறும் பொது வரலாறும் *(1881)*

11. திருநெல்வேலி மிஷனின் தொடக்க கால வரலாறு பற்றிய ஆவணங்கள் *(1881)*

12. இந்தியாவில் திருச்சபை பள்ளிகளில் சமயபோதனை களை மேற்கொள்ளுதல் *(1881)* தமிழ் இலக்கியத் தொன்மை பற்றிய நோக்குநிலை

13. தென்னிந்தியாவில் பூத வழிபாடு *(1886)*

14. கிறித்தவமும் இந்துத்துவமும் *(1893)*

இராபர்ட் கால்டுவெல் இயற்றிய நூல்களுள் திராவிட மொழிகளின் ஒப்பிலக்கண நூல் மிகவும் முதன்மையான பங்களிப்பாகும். இந்தியாவிற்கு வருகைதந்த ஆய்வு அறிஞர்கள் யாரும் வெளிப்படுத்தாத ஒரு புதிய ஆய்வுக் கண்டுபிடிப்புகளை இராபர்ட் கால்டுவெல் செய்தார். இவர் திராவிட மொழிகளை நுட்பமாக ஆராய்ந்து அவை அனைத்தும் ஒரே மொழிக் குடும்பத்தைச் சேர்ந்தவை என்றும், அதற்குத் திராவிட மொழிக் குடும்பம் என்றும் பெயரிட்டார். ஒப்பீட்டு மொழி அணுகுமுறை மூலம் ஒரு புதிய கருத்துருவாக்கத்தை அவர் முன்னெடுத்து உலக அளவில் உள்ள மொழிக்குடும்பங்களில் ஒரு புதிய மொழிக் குடும்பத்தை வெளிப்படுத்தினார்.

○○○

14. கீழ்த்திசையியலின் முன்னோடி

ஐரோப்பியர்கள் பதினெட்டாம் நூற்றாண்டு முதல் உலகின் பிற நாடுகளுக்குச் சென்று ஆதிக்கம் செலுத்தத் தொடங்கினர். ஆதிக்கம் செலுத்திய நாள்முதல், குடியேற்ற நாடுகளின் பண்பாடு, மொழி, சமயம், கலை முதலானவற்றை எல்லாம் ஐரோப்பியர்கள் நுண்மையாக ஆராயத் தொடங்கினார்கள். இவ்வாய்வின் மூலம் மேலை நாட்டவர் உருவாக்கிக் கொண்ட கருத்தியலே பின்னாளில் கீழ்த்திசையியல் (Orientalism) என அடையாளங் காணப்பட்டது.

சமயம், பண்பாடு, மொழி ஆகியவை தொடர்பான பங்களிப்புகளில் மிகவும் முதன்மையானது திராவிட மொழிகள் பற்றிய ஆய்வுப் பணியாகும். கீழ்த்திசையியல் ஆய்வுப் புலத்தில் அதுவரை யாரும் ஆய்வு செய்து வெளியிடாத ஒரு புதிய கண்டுபிடிப்பினைக் கால்டுவெல் செய்தார். இவர் திராவிட மொழிகள் அனைத்தையும் ஆய்வு செய்து அவை அனைத்தும் குறிப்பிட்ட ஒரு மொழிக்குடும்பத்தைச் சேர்ந்தவை என்றும், அதை திராவிட மொழிக் குடும்பம் என்றும் அழைத்தார்.

ஒப்பிலக்கண மொழியியல், வரலாற்று மொழியியல் ஆகிய அணுகுமுறை வழி நின்று திராவிட மொழிக் குடும்பம் என்னும் புதிய கருத்துருவாக்கத்தை உருவாக்கினார். இக்கருத்தினை உலக அளவிலான மொழியியல் ஆராய்ச்சியாளர்களும் ஏற்றுக் கொண்டனர்.

தமிழ் நாட்டில் சமயப் பணியாற்றிய காலத்தில் கால்டுவெல் திராவிட மொழிகள் பற்றிய ஆய்வு வழி நின்று தமிழ்மொழி தொன்மை பற்றி பல்வேறு கருத்துக்களை முன்வைத்தார். திராவிட மொழிக்குடும்பம் எனும் ஒரு புதிய கருத்துருவாக்கத்தை உலகுக்கு உணர்த்திப் பெருமை பெற்ற அவர் திராவிட மொழி இலக்கியத் தொன்மை பற்றிக் கூறியவை சுருக்கமாக எடுத்துரைக்கப்படுகின்றன.

ஓர் இனக்குழு இலக்கிய மொழியின் அடையாளம் சார்ந்த அனைத்துச் செய்திகளையும் இலக்கியத் தொன்மவியம் எனப் பொருள் கொள்ளலாம். மொழியை ஊடகமாகக் கொண்டு அமையக்கூடிய இலக்கியத் தொன்மவியத்தில் பல்கூறுகள் அடங்கியுள்ளன. எழுத்து, சொல், தொடர் போன்ற மொழிக் கூறுகள், மொழிச் செயல்பாடு, பயன்பாடு, மொழிபெயர், மொழி வரலாறு, தோற்றத்தொன்மம், மொழிக்கலப்பு, மொழிஒப்பீடு எனப் பலவும் இதிலடங்கும்.

தனித்தன்மையும் தனித்து இயங்கக்கூடிய தனி அடையாளமும் கொண்டுள்ள ஒவ்வோர் மொழியும் தனக்கான அடையாளத்தை உருவாக்கிய வரலாறு இலக்கியத் தொன்மவியத்தில் முதன்மை பெறுகிறது. கால்டுவெல் தன்னுடைய திராவிடமொழிகள் பற்றிய ஆய்வின் ஊடாகத் தமிழ் இலக்கியத் தொன்மவியம் சார்ந்து பல கருத்துக்களை முன் வைத்திருக்கிறார்.

இந்திய மொழிகள் காலஓட்டத்தில் வளர்ந்து நிலைபெறத் தொடங்கியதும் பொதுமக்கள் பயன்படுத்தும் பேச்சு மொழியோடு முற்றிலும் வேறுபடுவதும்,

தனக்கென ஓர் இலக்கண நெறிகளையும் சொல்லாட்சி கொண்டு, அதன் முறைகளையும் அடிப்படையில் உருவாக்கி எழுத்து மொழியை உருவாக்கிக் கொள்வது அம்மொழிகளின் சிறப்பியல்பாகும். இச்சிறப்பு திராவிட மொழிகளுக்கும் உரியதாகும். திராவிட மொழிகள் ஒவ்வொன்றும் இலக்கிய வழக்கு, பேச்சு வழக்கு என இரண்டாகப் பிரிந்துள்ளன.

கன்னடம், தெலுங்கு, மலையாளம் ஆகிய திராவிட மொழிகளின் இலக்கிய வழக்குகள் அம்மொழிகளின் பேச்சு வழக்குகளிலிருந்து பெரிதும் வேறுபடுகின்றன என்றாலும் தனிப்பெயர் இட்டு அழைக்கப்பெறவில்லை. ஆனால் தமிழ் தன் இலக்கிய வழக்குக்கு இட்டு வழங்கும் பெயர் செந்தமிழ் என்று பெயர் பெறும்.

அம்மொழி வழங்கும் மக்களின் பேச்சு நடையிலிருந்து மட்டும் வேறுபடாமல், இலக்கண ஆசிரியர்களால் கொடுந்தமிழ் என்ற பெயரின் கீழ் தொகுக்கப்பெற்றும் தமிழிலிருந்து வேறுபட்ட வழக்குடைய திசைமொழிகள் பன்னிரண்டிலிருந்து வேறுபடுகிறது.

இன்று ஆட்சியிலிருக்கும் செந்தமிழ் இலக்கியங்கள் தோன்றிய காலத்திலும், இலக்கிய நடைக்கும் அக்கால மக்களின் பேச்சு நடைக்கும் இடையில், அவ்விரண்டிற்கும் இடையில் இன்று நிலவும் வேறுபாடு நிலவி யிருந்தது உண்மை என்கிறார் கால்டுவெல் *(1992–1290)*.

புலவர்கள் தம் காலத்தில் வழக்கிறந்துபோன சொற்களே செய்யுள் நடைக்குச் சிறப்புத் தரும் என்ற கருத்துடையவர்கள். இப்புலவர்களின் கொள்கை தமிழ் இலக்கிய நடைச்சொற்களின் பழமையை நிலைநாட்டும் நல்ல சான்றாகும் என்பார் கால்டுவெல்.

கால்டுவெல் பன்னிரண்டு திராவிட மொழிகளை ஆராய்ந்து அவை அனைத்தும் ஒரே மொழிக்குடும்பத்தைச் சேர்ந்தவை என்றும், அதற்குத் திராவிட மொழிக்குடும்பம் என்றும் பெயரிட்டார். திராவிட மொழிகளுள் தமிழ்மொழி மிகவும் தொன்மை வாய்ந்தது என்றும் அதற்கான காரணங்களையும் அவர் முன்வைக்கிறார். அவை பின்வருமாறு:

1. தமிழ்பெற்றிருக்கும் செம்மொழித் தகுதியினைத் தானும் பெற்றிருப்பதோடு, அம்மொழியின் தொன்மை நிலையையும் ஓரளவு உணர்த்தும் தமிழ் இலக்கிய நடை பிற திராவிட மொழிகளின் இலக்கிய நடைகள் அம்மொழிகளின் பேச்சுநடையோடு வேறுபடுவதைக் காட்டிலும் மிக அதிகமாகத் தன் பேச்சுத்தமிழோடு வேறுபடுகிறது. முற்றிலும் வேறுபடும் ஒரு தனிமொழி என்று கருதுமளவு அது வேறுபடுகிறது. இலக்கியத் தமிழ் நடையின் சொற்களையும் சொல்லுருவங்களையும் புலவர்கள் நினைத்தவுடனே ஆக்கிக் கொண்டிருக்க முடியாது. அவை மெல்ல, மெல்ல பயன்பாட்டுக்கு வந்திருத்தல் வேண்டும். எனவேதான் இலக்கியத் தமிழோடு பேச்சுத்தமிழ் கொண்டிருக்கும் மிகப்பெரிய வேறுபாடும் தமிழ் இலக்கிய வளர்ச்சியின் தொன்மையை நிலைநாட்டும் நல்ல சான்றாக அமையும் என்கிறார்.

2 தமிழ் மொழி பெற்றிருக்கும் அளவில்லாத சொற்களும் தமிழ் மொழியின் பல்வேறு வகைப்பட்ட இலக்கண வடிவங்களும் அம்மொழித் தொன்மையைப் பறை சாற்றும் சான்றுகளாகும். தமிழ் தனக்கு மட்டும் உரிய சொற்கள் அல்லாமல், தெலுங்கு, கன்னடம் போன்ற பிற திராவிட மொழிகளின் சொற்களையும் கொண்டுள்ளன.

வீடு என்பது வாழிடத்தைக் குறிக்கும் தமிழ் சொல்லாகும். தெலுங்கு மொழிக்கு உரியதான இல் என்பதையும் 'மனை' என்பதையும்கன்னடத்திற்குரியதான சமஸ்கிருதத்திற்குரியதான 'குடி' என்பதையும் தமிழ்மொழி பெற்றுள்ளது. இவ்வாறு திராவிடச் சொல்லுருவங்கள் சொல் மூலங்களின் களஞ்சியமாய்க் காட்சியளிக்கிறது தமிழ். ஆகவே தமிழ் மொழி இலக்கிய நாகரிகத்தின் தோற்றக் காலம் தொன்மை வாய்ந்த ஒன்றாகும்.

3. இன்று பேசப்பட்டு வரும் கன்னடம், தெலுங்கு ஆகிய திராவிட மொழிகள் தமிழ் மொழியோடு மாறுபடும். ஆனால் பழங்கன்னடம், பழம் மலையாளம், துளு, கோண்ட் ஆகிய திராவிட மொழிகள் தமிழ் மொழிகளோடு ஒத்திருப்பது என்பது தமிழ் மொழியின் தொன்மைக்குச் சிறந்த சான்றாகும்.

4. தெலுங்கின் வேர்ச்சொற்களும் சொல்லுருவங்களும் தமிழ் மொழிச் சொற்களின் சிதைவுகள் என்று கால்டுவெல் குறிப்பிடுகின்றார். இதற்கு எடுத்துக்காட்டு ஒன்றையும் குறிப்பிடுகின்றார்.

திராவிட மொழிச் சுட்டுப் பெயர்களின் மூலம் அண்மையாயின் இகரமும், சேய்மையாயின் அகரமும் ஆகும். இவற்றோடு ஈற்றில் பால் உணர்த்தும் விகுதிகளும், அவ்விரண்டினுக்கும் இடையில் வகர உடன்படுமெய்யும் இணைக்கப்படும். இம்முறையில் தமிழ்ச் சுட்டுப் பெயர்கள்

அ + வ் + அன் = அவன்

இ + வ் + அன் = இவன்

என்பன தோன்றின.

தெலுங்கு

தமிழ் 'அன்' விகுதிக்கு இணையான தெலுங்கு விகுதி டு, உடு, அல்லது அடு என்பனவாகும். ஆகவே அத்தெலுங்குச் சுட்டுப் பெயராக அவன், இவன் என்பனவற்றிற்கு ஈடாக அவடு, இவடு என்பனவே வருதல் வேண்டும். ஆனால் மாறாக வாடு, வீடு மூலங்களாகிய அகரமும் இகரமும் தமக்குரிய இடமாகிய மொழி முதலிலிருந்து இடம்பெயர்ந்து, மொழியிடையே சென்று விட்டன. ஆகவே சிதைந்து, வேறுபட்ட இத்தெலுங்குச் சொல்லுருவங்கள் பிற்பட்டனவே ஆதல் வேண்டும். ஆனால் தெலுங்கின் இலக்கிய நடை இச்சொல்லுருவங்களைப் பெறவில்லை.

5. தமிழ் மொழியில் வழங்கும் சமஸ்கிருதத் தத்துவச் சொற்களை உருமாற்றி வழங்குவது அத்தமிழின் தொன்மைக்கு மற்றுமொரு சான்றாகும். தமிழில் இடம் பெற்றிருக்கும் சமஸ்கிருதச் சொற்கள் கால வேறுபாட்டால் முப்பிரிவுகளாகப் பிரிக்கப்பெறும்.

1. ஆகம நெறியை அடிப்படையாகக் கொண்ட சைவ சித்தாந்த சமய ஆசிரியர்களும், அத்வைத நெறிநிற்கும் சங்கராச்சாரியரும் இவ்விரு சமயங்களும், இவ்விரு சமயங்களுக்கும் பகையாகிய வைஷ்ணவ நெறி நிற்கும் இராமானுஜரும் நுழைத்தன ஆகும். (கி.பி.11

– கி.பி. 16) இக்காலக்கட்டத்தில் நுழைந்த சமயம் சார்ந்த சமஸ்கிருத சொற்கள் சிறிதும் சிதையாத தூய சொற்களாகவே காட்சி அளித்தன.

2. இந்து சமய ஆசிரியர்களுக்கு முன்பு அளவிறந்த சமஸ்கிருதச் சொற்கள் தமிழ் மொழியில் நுழைத்தவர்கள் சமண சமயத்தைச் சார்ந்தவர்கள் ஆவர். அறிவுத்துறையிலும் ஆராய்ச்சித் துறையிலும் சமண சமயத்தவரின் ஆட்சி ஓங்கியிருந்த அக்காலம், தமிழ் இலக்கிய வளர்ச்சியின் முக்கியமான காலக் கட்டமாகும். அக்காலத்தில் தமிழ் இலக்கியங்களில் இடம்பெற்ற சமஸ்கிருதச் சொற்கள் தமிழ் ஒலி முறைக்கு ஏற்பப் பெரும் அளவில் மாற்றப்பட்டன.

லோக – உலகு

ராஜா – அரசு

தமிழில் இடம் பெற்ற சமஸ்கிருதச் சொற்கள், தமிழ் மொழியின் ஒலிமுறைகளையொட்டி அடைந்திருக்கும் மாறுதல்களுக்கு ஏற்ப இருவகையாகப் பிரிக்கப்படும் அவை:

தற்சமம், தற்பவம்

என இருவகைப்படும்.

தற்சமம்

ஒரு சிறு மாற்றமும் பெறாமல், சமஸ்கிருத மொழி வடிவாகவே தமிழ்மொழியில் இடம்பெற்றிருக்கும் சமஸ்கிருதச் சொற்கள் தற்பவச் சொற்களாகும். இந்து சமயச் செல்வாக்கால் சமஸ்கிருத நெடுங்கணக்கு முறையும் சமஸ்கிருத ஒலி முறையும் தமிழ் நாட்டில்

ஆட்சி புரியத் தொடங்கிய காலத்தில் பிராமணர்களால் நுழைக்கப்பட்டன.

3.மேலே குறிப்பிட்ட இருவகையான காலக் கட்டங்களுக்கு முன்பாகவே தமிழ்மொழியில் பல சமஸ்கிருத சொற்கள் கலந்துள்ளன. அச்சொற்கள் வடநாட்டில் வழங்கிய சமஸ்கிருத மொழியிலிருந்து தமிழ் நாட்டவரோடு தொடர்பு கொண்டிருந்த வடநாட்டுப் பிராமண முனிவர்கள், அறிஞர்கள், வானநூல் வல்லுநர்கள் ஆகியோரிடமிருந்து பலநூறு ஆண்டுகளாக எழுத்துருவம் பெறாமலே வாய்மொழியாக வழங்கி வந்தனவாகும். அதனால் அக்காலத்திய சமஸ்கிருதச் சொற்கள் சமண காலத்திய சமஸ்கிருதச் சொற்களைக் காட்டிலும் மிகமிக அதிகமாகத் திரிபுண்டது. அதுமட்டுமல்லாமல் அத்திரிபின் இயல்பே முற்றிலும் மாறுபட்டதுமாம்.

சமண சமயத் தமிழாசிரியர்கள் தாங்கள் மேற்கொண்ட சமஸ்கிருதச் சொற்களைத் தமிழ் மொழியின் ஒலியியல் விதிகளுக்கு ஏற்பத் திரித்து வழங்கினார்கள்; ஆனால் அக்காலத்திற்கு முற்பட்ட காலத்தில் வந்து நுழைந்த சமஸ்கிருதச் சொற்களின் திரிபு, தமிழ் இலக்கண ஒலி இயல்புகளில் எவ்வியல்புக்கும் அடங்காத திரியாகும்.

○○○

15. தாமிரபரணியைப் போற்றும் கால்டுவெல்

கால்டுவெல் *(1814–1891)* கிருத்துவ சங்கத் தொண்டராய் *1838* ஆம் ஆண்டில் சென்னை மாநகர் வந்து சேர்ந்தார். அப்போது அவருக்கு வயது *28*. அது முதல் அவர் *53* ஆண்டுகள் நமது அருமைத் தமிழ்நாட்டில் அருந்தொண்டு புரிந்தார்.

திருநெல்வேலி நாட்டிலுள்ள இடையன்குடி என்னும் சிற்றூரை அவர் இருப்பிடமாகக் கொண்டார்.

நெல்லை நாடு அவரைத் தன் மகனாக ஏற்றுக் கொண்டது. இவ்வாறு தம்மை ஏற்றுக் கொண்ட நெல்லை நாட்டிற்குச் சிறந்த முறையில் நன்றி செலுத்தினார் கால்டுவெல்.

திருநெல்வேலி நாட்டுச் சரித்திரத்தை வரைமுறையாக முதன்முதல் ஆங்கிலத்தில் எழுதியவர் அவரே.

அதனைச் சென்னை அரசாங்கத்தார் அச்சிட்டு வெளிப்படுத்தினர். ஆசிரியருக்கு ஆயிரம் ரூபாய் நன்கொடையும் அளித்தனர்.

திக்கெல்லாம் புகழுறும் திருநெல்வேலியைப் பற்றியும், அதன் ஜீவநதி தாமிரபரணி பற்றியும் அவர் எழுதிய திருநெல்வேலி சரித்திரம் நூலில் புகழ்ந்து எழுதியவற்றை படிக்க வியப்பாக இருந்தது. இது பற்றி அவர் கூறியதாவது:

திருநெல்வேலியின் பெரிய ஆறாகிய தாமிரபரணி மிகச்சிறந்த மதிப்பான இடம் பெறும் என்பதில் எனக்கு ஐயமில்லை. நாகரிகமற்ற கறுத்த ஆதிக்குடி மக்களைவிட வடக்கே இருந்த உயர்ந்த சாதி மக்களைக் குடும்பம் குடும்பமாக அவ்வாற்றின் கரைகளிலே குடியேற வைத்தது இவ்வாறு தந்த வளத்தால் விளைந்த நெல்லேயாகும். மற்ற இந்திய ஆறுகளைப் போலல்லாமல் இந்த ஆறு காவிரியாற்றைப் போன்று தென்மேற்கு, வடகிழக்குப் பருவக்காற்று மழையால் ஆண்டிற்கு இருமுறை தண்ணீர் கரைபுரண்டோடி முழுவெள்ளத்துடன் காட்சியளிக்கும். அது சிறிய செழிப்பு வாய்ந்த வண்டல் மண் சமவெளியில் பாய்ந்து ஓடுகிறது.

இப்பகுதி இயற்கை ஆற்றல்கள் இப்போதிருந்ததைவிட வலிவுள்ளனவாய் இருந்த காலத்தில் (இயற்கை வளத்தின் நிலையையும் காலக்கண் கொண்டு ஒப்பீடு செய்யும் கால்டுவெல்லாரின் உணர்வை என்னென்று போற்றுவது ந.ச.) இவ்வாற்றாலேயே ஏற்பட்டுப் பிற்காலத்தில் வண்டல் மண் படிந்த பகுதியாகியது. அது வேகமற்றுத் தடைப்படாத ஆறாய்க் கடலை நோக்கி ஒரு படுகை வழியாக மெல்ல ஓடுகிறது.

இப்படுகை ஆண்டாண்டுதோறும் மிகமிக ஆழமான பள்ளத்தாக்காகி வேளாண்மைக்குதவாத பகுதியாவதற்குப் பதிலாக, ஆண்டாண்டு தோறும் சிறிது சிறிதாக வண்டல் மண் படிய ஆரம்பித்தது. அதனால், நாளடைவில் அவ்வாறு பாயும் கீழ்ப்பாதிப் பகுதியில் பாளையங்கோட்டைக்கும் கடலுக்கும் இடையே செயற்கைக் கரைகள் கட்டி, அவை வழியாக அவ்வாறு ஓடும்படிச் செய்ய வேண்டியதாயிற்று.

எனவே, ஆரம்பத்திலேயே இல்லாவிட்டாலும் அந்த மாவட்டங்களில் மனித நடமாட்டம் ஏற்பட்டு அவர்களும் ஒழுங்காக வேளாண்மை செய்து, நீர்ப்பாசன வசதியால் நெற்பயிரிட ஆரம்பித்தது முதற்கொண்டு இத்தகைய ஆறு குடியேற்ற மக்களின் கருத்தைக் கவர்வதாயிற்று.

தாமிரபரணியின் தோற்றம்

தாமிரபரணி ஆறு 'பொதிகை' என வழங்கப்படும் திரிகோணமலையில் தோன்றுகிறது. பொதியம் அல்லது பொதிய மாமலை என்பதற்கு (பொதிந்து கிடக்கும்) இரகசியமான இடம் என்பது பொருள் (கால்டுவெல் கண்ட இவ்வேர்ச் சொல் விளக்கம்).

சிறிய மலைகளாகிய ஐந்து தலைகளையுடைய ஐந்து தலைப் பொதிகையினின்றும் வேறாக்கிக் குறிப்பிடுவதற்காகப் பெரிய பொதிகை என்று அம்மலை அப்பகுதியில் வழங்கப்படுகிறது. திருநெல்வேலி மலைத்தொடரில் 6800 அடி உயரமுள்ள இந்த மலையே அதிக உயரமானது. உள்நாட்டுப் புலவர்களால் பாண்டியர்களின் மலை என்று புகழப்பெற்றது. இதனால், பாண்டிய அரசனுக்குப் 'பொதிகைத் தலைவன்' என்ற சிறப்புப் பெயரும் ஏற்பட்டது. இதன்மேல் உற்பத்தியாகி வரும் தாமிரபரணி ஆறு சமவெளியில் பாய்வதற்கு முன்னே பெரும்படியான மலைநாடுகளில் ஓடிப் பாய்வதற்கேற்றவாறு இந்த மலையானது மற்ற மலைகளைவிட ஏறக்குறையப் பத்து மைல் தூரம் பின்புறம் பரவலாய் அமைந்துள்ளது. திருநெல்வேலியின் தலைநகராகிய பாளையங்கோட்டையிலிருந்து

பார்த்தால் பொதியம் நன்றாகத் தெரியும். மலைத் தொடரின் மேற்குப் பக்கத்திலுள்ள திருவாங்கூரின் தலைநகராகிய திருவனந்தபுரத்திலிருந்து பார்த்தால் இது இன்னும் தெளிவாகத் தெரியும். அகத்திய மாமுனிவர் தென்னாட்டை நாகரிகமடையச் செய்த பின்னர் உலகத்தினின்றும் விலகி இம்மலையிலுள்ள எட்டாத குகையினுள் தமது இருப்பிடத்தை அமைத்துக் கொண்டமையால் இம்மலை சாதாரணமாக 'அகஸ்தியர் மலை' என்றே வழங்கப்படுகிறது. அல்லது, ஆங்கிலேயர்களால் 'அகஸ்தியர்' என்று மட்டுமே வழங்கப்படுகிறது.

அகஸ்தியர் தமது இருப்பிடத்தை மந்திர வலிமையால் அரண் செய்து கொண்டமையால் அம்மலையானது மனிதனுக்கு எட்டாதது என்று உள்நாட்டாரால் நெடுங்காலம் நம்பப்பட்டு வருகிறது. ஆனால், ஐரோப்பியர் அடிக்கடி அம்மலை உச்சிக்குச் சென்று வழி ஏற்படுத்தினர். சில ஆண்டுகட்கு முன்னர் வானிலை ஆராய்ச்சி நிலையம் ஒன்று மலையுச்சியினருகே திருவாங்கூர் மன்னரின் வானியலறிஞராகிய டாக்டர் ப்ரௌன் என்பவரால் கட்டப்பட்டது.

ஓராண்டில் மலையுச்சியில் 300 அங்குலம் மழை பெய்ததாகக் கணக்கிடப்பட்டிருக்கிறது. மலைக்கும் கடலுக்குமிடையே பாதித் தூரத்திலுள்ள பாளையங்கோட்டையில் 27 அங்குலத்திற்குக் குறைவான மழையும் திருநெல்வேலிச் சமவெளியில் பொதுவாகச் சராசரி 25 அங்குல மழையும் பெய்கிறது.

இதனாலேயே குறைவான மழையாலும் அதிகமான வெப்பத்தினாலும் அதிகத் தண்ணீர் வற்றிப் போவதாலும் திருநெல்வேலி சமவெளிகள் மிக வறண்டும் உலர்ந்தும் இருந்த போதிலும், தாமிரபரணி வற்றாத வளமான தண்ணீருடன் ஆண்டில் இருமுறை வெள்ளத்துடன் கடலை நோக்கிப் பாய்கின்றது.

அது பாயும் செம்மையான நிலங்களில் ஏராளமான தானியங்களை இருமுறை பயிரிடத்தக்க செழுமையைக் கொடுக்கின்றது. இதன் காரணமாக, நிலத்தின் விலைமதிப்பிற்கேற்ற வரித் தொகை வரவில் திருநெல்வேலிக்கும் தஞ்சாவூருக்குமிடையே மிகுந்த ஏற்றத் தாழ்வு இருப்பினும், திருநெல்வேலி தஞ்சாவூருக்கு அடுத்த நிலையைப் பெற்றிருக்கிறது.

இந்திய இலக்கியங்களில் தாமிரபரணியைப் பற்றிய குறிப்புகள்:

லெஸ்ஸன் (Lessen) என்பவர் தமது 'இண்டிஸ்சி ஆல்டர்துனிஸ்கண்டி ' (Indische Alter thuni skunde Vol. I) என்னும் நூலில் புகழ் பெற்ற பெயரையுடைய சிறந்த நதி என்று இதைக் குறிப்பிடுகின்றார். இதன் நீளத்தைப் பார்க்குமிடத்து இது உற்பத்தியாகுமிடத்திலிருந்து கடலில் கலக்கும் வரை ஏற்படும் வளைவுகளையும் சேர்த்து 70 மைல்களே உள்ள இந்த ஆறு நிச்சயமாக மிகச் சிறிய ஆறென மதிக்கப்படும்.

ஆனால், இது அளிக்கும் பயன்களைப் பார்க்குமிடத்து, இந்திய நதிகளுள் உயர்ந்த ஓர் இடத்தைப் பெற்றிருக்கிறது. மிகப் பழைய காலத்திலேயே இதன் பெயர் இந்தியாவில் மிக்க புகழ் பெற்றிருந்தது

என்று தெரிகிறது. இது பழம் பாடல்களில் பெயர் பெற்றிருப்பதால், 'மிகப் பழமையான ஆறு' என்று வழங்குவதற்குத் தகுதியைப் பெற்றுள்ளது என அறிகிறேன்.

பல புராணங்களின் நிலவளம் கூறும் பகுதிகளில் இந்திய நதிகளுள் இதன் பெயரும் குறிப்பிடப்பட்டிருக்கிறது. இது குறிப்பாகப் புண்ணிய நதியென அந்தக் காலத்தில் போற்றப்பட்டிருந்தது என்பதும் தெரிகிறது. இது 'மலையம்' என்ற மலையில் உற்பத்தியாகின்றது என்பது குறிப்பிடப்பட்டிருக்கிறது. எனவே, இது தென்மலைத் தொடர்ச்சியில் மலையத்தை அடையாளம் காண உதவுகிறது. 'மலயா' என்ற வடமொழிச் சொல் 'மலை' என்ற திராவிடச் சொல்லைக் குறிக்கிறது.

அதைப் பற்றிய பழமையானதும் முக்கியமானதுமான குறிப்பு வடமொழியிலுள்ள மகாபாரதத்தில், குந்தியின் மகனே! (தர்மன், பாண்டவ உடன்பிறப்பாளருள் மூத்தவன்) மோட்சத்தை அடையக் கடுந்தவம் புரிந்த தேவர்களின் ஆசிரமத்திலிருந்த தாமிரபரணியின் பெருமையைப் பற்றி மேலும் நான் உனக்கு நினைவுபடுத்துகிறேன்' (ஆரணிய பருவம்) எனக் குறிக்கப்பட்டிருக்கிறது.

பிற்காலத்தில் இரகுவமிசத்தில் தாமிரபரணியைப் பற்றிய மிகக் கவர்ச்சியான பாடல் ஒன்று குறிப்பிடப்பட்டிருக்கிறது. அது வருமாறு: அவர்கள் (பாண்டியர்கள்) தாமிரபரணி ஆறு கலக்கும் கடலிலிருந்து திரட்டப்பெற்ற மிகச் சிறந்த முத்துகளை இரகுவின் முன் அவர்களுடைய காணிக்கையாக வைத்துத் தலை வணங்கினார்கள் (50).

இதிலிருந்து 'தாமிரபரணி ஆறு பாண்டி நாட்டிலிருந்தது; தாமிரபரணி கடலுடன் சேருமிடத்தில் முத்து எடுக்கப்பட்டது,' என அக்காலத்திலேயே அறிந்திருந்தார்கள் என்பது தெரிகிறது.

இப்பாடலின் ஆசிரியராகிய புகழ்பெற்ற காளிதாசர், கிறித்து பிறப்பதற்கு முந்திய நூற்றாண்டில் வாழ்ந்தவர் என்று எண்ணுகிறார்கள். சிலர், கிறித்து பிறந்த பல நூற்றாண்டுகளுக்குப் பின் வாழ்ந்தவர் என்றும் கூறுகின்றனர்.

தாமிரபரணியின் புண்ணிய தீர்த்தங்கள்

இந்தியர் இந்த ஆற்றில் நீராடுவதன் சமய மேம்பாட்டில் இன்னும் நம்பிக்கை கொண்டுள்ளனர். நதியின் ஒவ்வொரு பகுதியும் புண்ணியமுடையது. ஆனால், இக்காலத்தில் நதியின் மேற்பக்கத்திலுள்ள நீர்வீழ்ச்சியில் நீராடுதலைச் சிறந்த புண்ணியச் செயல் என்று எண்ணுகிறார்கள்.

இந்த ஆற்றில் இரண்டு நீர்வீழ்ச்சிகள் உள்ளன. ஒன்று, பொதியமலைச் சாரலிலுள்ள 'வான தீர்த்தம்' (வாணன் என்ற அசுரனால் இப்பெயர் பெற்றது); மற்றொன்று 90 அடி உயரமுள்ள புகழ்பெற்ற பாபநாசம் (பாவத்தை அழிப்பது). பாபநாசமானது சாதாரணமாகக் கல்யாண தீர்த்தம், கல்யாணி (பார்வதி நீராடும் புண்ணிய தீர்த்தம்) என்று வழங்கப்படுகிறது.

ஆனால், சிலர் கல்யாணி தீர்த்தம் என்பது, அகஸ்தியருக்குப் பார்வதி பரமேசுவரின் திருமணக்காட்சி காட்டப்பட்ட இடமாதலின், 'திருமண புண்ணிய தீர்த்தம்' என்றும் கூறுகின்றனர்.

இந்த நீர்வீழ்ச்சி தாமிரபரணி, மலையிலிருந்து சமவெளியில் பாயுமிடத்திலிருக்கிறது. வானதீர்த்தத்தின் அருகில் பாம்பன் அருவி என்று வழங்கப்படும் மற்றொரு சிறந்த நீர்வீழ்ச்சியும் உண்டு.

தூரத்திலிருந்து பார்ப்பதற்குப் பாம்பைப் போன்று நீண்டு வளைந்த தோற்றமுடையதாய் இருப்பதால், பாம்பன் நீர்வீழ்ச்சி, பாம்பன் அருவி என்னும் பெயர் பெற்றது. இந்த நீர்வீழ்ச்சி, மேல் 500 அடி உயர அருவி, கீழ் 200 அடி உயர அருவி என்னும் இரு நீர்வீழ்ச்சிகளாலாகியது. புகழ் பெற்ற இந்நீர்வீழ்ச்சி முக்கிய ஆற்றிலில்லாமல் ஐந்து தலைப் பொதிகையில் உற்பத்தியாகிவரும் கிளையாற்றில் அமைந்துள்ளது.

குற்றால அருவிகள்

தாமிரபரணி கடலுடன் கலக்குமிடத்தில் அதில் வந்து கலக்கும் வடகிளையாறாகிய ‘சித்திராநதி’, கொச்சைத் தமிழில் ‘சித்தாறு’ என்று வழங்கப்படும், மிக அழகிய சிறிய ஆறாகும். குற்றாலத்தில் இவ்வாற்றிலுள்ள நீர் வீழ்ச்சி மிகவும் புகழ்பெற்றது. வெவ்வேறு காரணங்களால் ஐரோப்பியர்களும் இந்தியர்களும் இந்த நீர்வீழ்ச்சியில் குளிப்பதில் மிக விருப்புடையவர்களாயுள்ளார்கள். உலகத்திலேயே மிக அருமையானதும் தூய்மையானதுமான நீராடுதுறை குற்றாலமே என்று துணிந்து கூறுதல் சற்றும் மிகையாகாது.

குற்றாலத் தல புராணத்தில் குற்றாலத்திற்கு இருவிதப் பெயர்கள் வழங்குகின்றன. (ஒன்று 'த்த' என்ற எழுத்துகளுடனும், மற்றொன்று 'ற்ற' என்ற

எழுத்துக்களுடனும்). 'குத்தாலம்' என்பதுதான் அச்சொல்லின் வடிவம் எனின் அச்சந்தரும் அத்திமரம்' என்று பொருள்படும். அப்பெயர் குத்தால மரத்தருகேயுள்ள கோவில் அல்லது கிராமத்தைக் குறிக்கும்.

குத்தாலம் என்ற சொல் வடமொழியிலுள்ளதெனக் கூறப்படுகிறது. ஆனால், எந்த வடமொழி அகராதியிலும் இச்சொல்லின் சுவட்டைக் கூட என்னால் காண இயலவில்லை. பொது வழக்கிலிருக்கும் 'குற்றாலம்' என்ற சொல் ஆலம் என்பதைக் குறிக்கும். ‘ஆலம்’, அறிவு; உண்மையில் 'குற்றின் விஷம்' அதாவது 'பாவத்தின் அழிவு' என்ற பெயர்ப் பொருளுடன் பொருந்தியிருக்கிறது. ஆலம் என்பது வடமொழிச் சொல்லான 'ஹாலஹாலா' என்பது 'ஹாஹாலா', 'நாசகரமான விஷம்' என்பதன் திரிபு. இந்தப் பெயரே இவ்விடத்தின் தல புராணத்தில் பொதுவாகக் குறிக்கப்பட்டிருக்கிறது. குற்று என்ற சொல் எந்த அகராதியிலும் இல்லை. ஆனால் பாபத்தைக் குறிக்கும் மிகச் சாதாரணமான தமிழ்ச் சொற்களுள் ஒன்று ‘குற்றம்’ என்பது. இது பொருளளவில் ஒன்றுதான்.

குற்றாலத்தின் மூன்றருவிகளின் கீழ்ப்பாகம் வட அருவி. வடக்கிலிருக்கும் நீர்வீழ்ச்சி என்று உள்நாட்டாரால் வழங்கப்படுகிறது. மொத்தத்தில் இது 180 அடி உயரமுள்ள இரண்டு அருவிகளாலாகியது. இவ்வருவி விழும் மடுவிற்குப் ‘பொங்கு மாங்கடல்’ பொங்குகின்ற கடல் என்பது பெயர். இதன் ஆழம் 38 அடி.

மற்றோர் அருவி செம்பகாதேவி தீர்த்தம் (ஷண்பகாடவி, செண்பகக் காட்டிலிலுள்ள புண்ணிய தீர்த்தம்) என்று வழங்கப்படுகிறது. வடமொழிச் சொல்லாகிய 'ஷண்பகா' என்பதன் திரிபே செண்பகம் என்ற தமிழ்ச்சொல்.

மூன்றாவது அருவி தேனருவி, தேன் நீர்வீழ்ச்சி. குற்றாலத்தின் இலக்கியப் பெயர் 'திரிகூடம்' என்பது. 'மூன்று பீடபூமிகளை அல்லது பீடங்களை உடையது' என்று இப்பெயர்க்குப் பொருள் கூறலாம்.

குற்றாலத்தில் ஏலம் முதலியவை பயிரிடப்படுவது *1800* ஆம் ஆண்டில் காசாமேஜர் **(Mr. Casamajor)** என்பவரால் தொடங்கப்பட்டது (பார்க்க: டாக்டர் சேதுப்பிள்ளை 'ஊரும் பேரும்' (*1956*, ப. *1427* – ந.ச.).

தாமிரபரணியின் கூடுதுறை (சங்கமத்துறை - கூடுமிடம்)

தாமிரபரணியாற்றின் செலவு, மலைகளிலுள்ள நீர் வீழ்ச்சிகள் முதலியவைகளைப் பற்றித் தெரிந்து கொள்வதற்குப் பல காலங்களுக்கு முன்பே தாமிரபரணி கடலில் கூடுமிடத்தைப் பற்றிப் பழங்கால இந்தியர்கள் அறிந்திருந்தார்கள். மகாபாரத காலத்தில் தேவர்கள் தாமிரபரணி ஆறும் கடலும் சேருமிடத்தில் தவம் புரிந்தமை கூறப்படுவதே மக்கள் அந்த இடத்தில் புண்ணிய நீராடித் தவம் புரிந்தார்கள் என்று தான் முடிவு செய்ய ஏதுவாகிறது. திருநெல்வேலியிலுள்ள நாகரிகமடைந்த மக்கள் முதன்முதல் அங்குள்ள கொற்கையிலேதான் குடியேறினார்கள் என்று தெரிகிறது.

அங்கேதான் இந்த ஆற்றுக்குத் தாமிரபரணி என்னும் பெயர் வழங்கப்பட்டுப் புகழ்பெற்றது.

தாமிரபரணி என்னும் பெயரின் பொருளும் தோற்றமும்

தாமிரபரணி என்ற பெயரிலேயே அதன் பொருள் விளக்கமாய் உள்ளது. ஆனால், இந்த இடத்தில் அப்பொருள் பொருத்தமானதாய் இல்லை. 'தாமிர' என்பது சிவப்பு எனப் பொருள்படும். பரண என்பதிலிருந்து வந்த பரணி என்பது இலை, இலைகளையுடையது.

அதாவது, தாமிரபரணி என்பது சிவப்பு இலைகளைக் கொண்ட ஒரு மரம் என்று பொருள்படலாம். ஆனால், இந்தப் பெயர் ஆற்றிற்கு ஆகி வருவது பொருத்தமாய் இல்லை. எனவே, ஏதாவது ஒரு நிகழ்ச்சியோ அல்லது கதையோ இப்பெயர் வரக் காரணமாய் இருக்க வேண்டுமென்பது தெரிகிறது.

இந்தப் பெயரே இலங்கையில் பழம்பெயராய் இருந்தது என்பது கருதத்தக்கது. கி.மு. மூன்றாம் நூற்றாண்டுக்கு முன் முற்காலத்துப் புத்த மதத்தினரால் அது தம்பரபன்னி (Tambapanni) என்று வழங்கப்பட்டது என்பது ஜிர்னாரில் (Girnar) உள்ள அசோக மன்னன் கல்வெட்டிலிருந்து தெரிகிறது.

மகா அலெக்சாண்டரின் காலத்தில் இந்தியாவிற்கு வந்த கிரேக்கர்கள் தகவலறிவு பெறும் ஊக்கத்துடன் இந்தியாவைப் பற்றியும் அதிலுள்ள நாடுகளைப் பற்றியும், அந்நாட்டில் வாழும் மக்களைப் பற்றியும்,

அதன் அருகே உள்ள நாடுகளைப் பற்றியும் விசாரிக்க ஆரம்பித்தார்கள்.

அப்பொழுது இந்தியாவை அடுத்துப் பெரியதொரு தீவு உள்ளதென்பதும், அதன் பெயர் தப்ராபனி (Taprobane) என்பதும் அறிந்தார்கள். தப்ராபனி என்பது தம்பாபன்னி (Tambapanni) என்பதன் தவறான உச்சரிப்பேயாகும். 'அழகான தீவு' என்ற (இலங்கு என்ற பழந்தமிழ்ச் சொல்லுக்கு விளங்கு என்ற பொருள் இருத்தல் கருதத்தக்கது – ந.ச.) பொருளில் லங்கா' என்றே இலங்கை வழங்கப்பட்டிருக்கிறது.

சிங்களம் என்று அதைப் பிற்காலத்துப் பௌத்த எழுத்தாளர்கள் குறிப்பிட்டார்கள். அச்சொல் சிகாளம் (Sikalam), சிலாம் (Silam), சிலந்திப் (Seiendib), செரன்திப் (Serendib), சீலன் (Zeelan), சிலான் (Cayloun), சிலோன் (Ceylon) என்று காலப்போக்கில் வரிசையாக மாறுதலடைந்தது.

திருநெல்வேலி சரித்திரம் *14* என்பது தீவைக் குறிக்கும். ('தீபிகா' என்ற வடசொல்லின் அராபியத் திரிபு). சிலாம் (Silam) என்பதிலிருந்து தமிழ் இலாம் (Ilam) பிறந்தது (இந்தியத் தரையோடு தொடர்புடையது என்னும் கருத்தில் இழுக்கப்பட்டது ஈழம் என்றும், ஈழவரோடு தொடர்புடையதால் ஈழம் என்று பெயர் பெற்றது என்றும் கூறுவர். இலங்கைக்கு செலத் தீவு என்ற பெயரும் உண்டு. ந.ச.).

'சிம்ஹா' (Simha) என்பது சிங்கம். சிம்ஹலா என்பது சிங்கத்தின் நாடு; அதாவது, சிங்கத்தைக்

கொன்றவர்களது நாடு அல்லது சிங்கத்தைப் போன்ற மனிதர்கள் வாழும் நாடு என்று பொருள்படும்.

தம்பாபன்னி அல்லது வடமொழியில் சரியாக எழுதப்பெற்ற பெயராகிய தாம்ரபரணி **(Tamraparini)** என்பது விஜயனும் அவனுடைய கூட்டத்தினரும் இலங்கையில் குடியேறிய முதற் நிலப்பகுதிக்கு இடப்பட்ட பெயர் என்பதும் அப்பெயரிலிருந்து முழுத்தீவிற்கும் அப்பெயர் வந்தது என்பதும் மகாவமிசத்தில் குறிக்கப்பட்டுள்ளன.

இந்தக் குடியிருப்பு, சிலோனின் மேற்குக் கடற்கரையிலுள்ள புட்லம் **(Putlam)** என்ற ஊரின் அருகே உள்ளது என்பது தெரிகிறது. இது ஏறக்குறைய திருநெல்வேலியின் முக்கிய ஆற்றின் கூடுதுறைக்கு எதிரே அமைந்துள்ளது. இந்த இரு பெயர்களும் அமெரிக்க ஐக்கிய நாட்டின் பாஸ்டனும் இங்கிலாந்தின் பாஸ்டனும் போல, பொதுவான ஒரு மூலத்திலிருந்து வந்திருக்க வேண்டும். ஒன்று மற்றொன்றிலிருந்து தோன்றியிருக்க வேண்டும் என்று உறுதியாகக் கொள்ளலாம்.

ஆற்றின் பெயர் குடியேற்ற நாட்டின் பெயரிலிருந்து பிறந்திருக்கலாம். அல்லது குடியேற்ற நாட்டின் பெயர் ஆற்றின் பெயரிலிருந்து பிறந்திருக்கலாம். 'இவற்றுள் எதன் பெயர் பழைமையானது?' என்பதே கேள்வி. திருநெல்வேலியிலுள்ள தாமிரபரணி ஆற்றின் கூடுதுறையிலுள்ள ஒரு குடியேற்ற நாடானது அம் மக்களால் இலங்கைக் கடற்கரையின் எதிர்ப்புறத்தில் நிறுவப்பெற்ற மற்றொரு குடியிருப்பிற்கு ஆகிவந்தது

எனலாம். அல்லது விஜயன் கீழ்வந்த ஆரிய வீரர்கள் சிலோனில் குடியேறிய பின்னர் திருநெல்வேலி கடற்கரையிலும் புதியதொரு குடியிருப்பை ஏற்படுத்தி அக்கரையிலுள்ள முக்கிய ஆற்றுக்குத் தாங்கள் வசித்துவந்த நகரத்தின் பெயரையே வைத்திருக்கலாம் என்றும் கொள்ளலாம்.

பெரிய முக்கிய நிலப்பரப்பிலிருந்து சிறிய தீவுகளுக்குக் குடியேறுதல் என்பதே பொதுவான இயற்கை வழியாகும். பழங்காலத்திலேயே இதற்கு மாறாகவும் சிலபோதுகளில் நடந்திருப்பது தெரிகிறது. பின்னாள்களைப் போலவே பழங்காலத்திலும் இத்தகைய குடியேற்றங்கள் நடந்தன என்பதற்கு அறிகுறியாகத் திருநெல்வேலியிலும் மேற்குத் தொடர்ச்சி மலையிலும் உள்ள சில சாதிகளின்பால் சிங்களத் தொடர்பை நினைவுபடுத்தும் மரபுகளும் பெயர்களுங்கூட அமைந்துள்ளன.

விஜயனும் அவனுடைய வீரர்களும் பாண்டியர்களுடன் திருமண உறவு ஏற்படுத்திக் கொண்டார்கள் என்பது கூறப்படுகிறது. இதனால் தாமிரபரணி ஆற்றின் சங்கமத்துறையிலுள்ள பாண்டியர்களின் பழந்தலைநகராகிய கொற்கையும் அவர்களுக்கு அறிமுகமாயிருக்க வேண்டும்.

எனவே, சிங்கள அகதிகளாகிய அவர்களாலேயே 'தாமிரபரணி' அப்பெயர் பெற்றிருக்க வேண்டும். எப்படியாயினும் சிவப்பு இலைகளையுடைய மரம் அதாவது தாமிரபரணி என்பது முதலில் மரத்திற்காகிப் பின்பு நகரத்திற்காகிப் பின்பு மாவட்டத்திற்காகிப் பின்னர் ஆற்றிற்கு ஆகியிருக்க வேண்டும். (சிறந்த

மரங்களினின்றும் கிராமங்கள் பெயர் பெறுவது இந்தியாவிலுள்ள பொது வழக்கமாகும்.) (குறிஞ்சி, முல்லை, மருதம், நெய்தல் ஆகிய ஐவகை நிலங்கள் பற்றியே இத்தகைய எதிரும் புதிருமான ஆராய்ச்சி உண்டு ந.ச.).

ஆனால், ஆரம்பத்திலேயே அப்பெயர் அவ்வாற்றிற்கு ஆகிவந்திருக்குமென்று கூறுவது அவ்வளவு பொருத்தமன்று. லாஸன் என்பவர் 'சிவப்புத் தாமரைகளையுடைய நீர்த் தேக்கம்' என்று தாமிரபரணிக்குப் பொருள் கூறுகிறார். ஆனால், இத்தகைய விளக்கத்திற்கு ஒரு சிறிதும் அடிப்படை இல்லை.

தமிழ்ச் செய்யுள் இலக்கியங்களில் அச் சேர்க்கைச் சொல்லின் முதற் பகுதி விடப்பட்டு விட்டது. அந்த ஆறு 'பொருணை' அதாவது பரணி என்று மட்டும் வழங்கப்படுகிறது. ஐரோப்பியர்கள் தாமிரபரணி எனத் தவறுதலாக உச்சரித்தும் எழுதியும் வருகிறார்கள். ஆனால், இரண்டாவது பகுதியாகிய பரணி என்பதைப் பூர்ணி என்று எழுதும் பழைய வழக்கத்திலிருந்து இத்தவறுதல் வந்திருக்க வேண்டும்.

தாமிரபரணியின் கிரேக்கப் பெயர்

தாலமியின் (Ptolemy) காலத்தில் கிரேக்கர்கள் இந்த ஆற்றைச் சோலன் (Solen) என்றே வழங்கினார்கள். இது மிக விந்தையானது. ஏனெனில், கிரேக்கர்கள் சிலோனை பல நூற்றாண்டுகள் வரை தப்ராபனி (Taprobane) என்றே வழங்கி வந்தார்கள். சிலோனின் பெயரைப் போலவே ஆற்றின் பெயரும் இருப்பதால், அதையும்

தப்ராபனி என்றே வழங்கியிருக்க வேண்டுமென்று யாரும் எண்ணுவர்.

கிரேக்க வணிகர்கள் தென்னிந்தியாவிற்கு வந்த பொழுது தாமிரபரணி என்ற பெயர் அந்நதிக்குச் சாதாரணமாக வழங்கப்படவில்லை என்றே நாம் எண்ண இடமிருக்கிறது. ஆனால், இது மகாபாரதத்திலுள்ள பெயர்.

திருநெல்வேலி சரித்திரம் வழக்கத்திற்கு முரணாயுள்ளது. கிறித்து பிறந்த ஆண்டிலிருந்து கணக்கிடப்படும் காலத்திலே தான் தென்னிந்தியாவில் கிரேக்க வணிகர்களின் வியாபாரத் தொடர்பு ஏற்பட்டது.

இதைவிடப் பழைமையான காலத்தது மகாபாரதம். மகாபாரதத்தில் இவ்வாற்றைப் பற்றி வரும் பகுதியை மட்டும் பிற்காலத்தவர்கள் தனிப்பட்ட காரணங்களாற் புதிதாகச் சேர்த்திருப்பார்கள் என்று எண்ணத்தக்க ஏதுவில்லை.

புராணங்களில் பூகோளக் காரணங்கள் பற்றி வரும் பெயர்ப் பட்டியலிலும் இவ்வாற்றின் பெயர் சாதிசமயச் சார்பற்றதாகவே காணப்படுகிறது. எனவே, கிரேக்கர்கள் இவ்வாற்றைச் சோலன் என்று வழங்கிய போதிலும் உள்நாட்டவராலேனும் அல்லது பிராமணர்களாலேனும் இது தாமிரபரணி என்றே வழங்கப்பட்டு வந்திருக்க வேண்டுமென்பது தெரிகிறது. இதை எவ்வாறு விளக்குவது?

முக்கிய ஆற்றின் பழைய பெயர் சிலாறு (Sylaur) என்றும் அதுவே இப்பொழுது கிளையாற்றின் பெயராய் இருக்கிறது என்றும், லாஸன் என்பார் கருதுகிறார். ஆனால், சிலாறு என்னும் பெயர் ஏதேனும் இருப்பதாகவோ, என்றேனும் அத்தகைய பெயர் வழக்கிலிருந்ததாகவோ தெரியவில்லை.

சுமார் 1810 ஆம் ஆண்டுவரை ஆங்கிலேய அலுவலர்களால் சித்தாறு (Sittaur) என்று வழங்கப்பட்ட ஆறே அத்தகைய தவறுதலான பெயராகக் குறிப்பிடப்பட்டிருக்க வேண்டுமென்று நான் எண்ணுகிறேன். 'த' என்னும் எழுத்திற்குப் பதிலாக 'ல' என்னும் எழுத்து வந்திருப்பதே தவறுதலுக்குக் காரணம்.

நம் காலத்தில் இந்த ஆறு சாதாரணமாகச் சிற்றாறு என்றே எழுதப்படுகிறது. இது சித்தாறு அல்லது சிற்றாறு அதாவது சிறிய ஆறு என்பதைக் குறிக்கும். கிளை ஆறு மிகக் குறைவான மலை நாடுகளில் பாய்வதால் முக்கிய ஆறாய் இருந்திருக்க இயலாது என்பது வெளிப்படை.

சோலன் என்ற சொல்லுக்குக் கிரேக்க மொழியில் பொருள் இருப்பதால் அது கிரேக்கச் சொல் என்று கொள்ளலாம். அதன் ஒரு பொருள் 'கிளிஞ்சில் மீன்' என்பது; இப்போதைப் போல முன்பு அதிகப் படியான கிளிஞ்சிற் சங்குகள் கூடுதுறையில் கிடைத்ததால் கிரேக்கர்கள் அப்பெயரை வழங்கியிருக்கலாம் என்று நாம் கொள்வது இன்னும் சற்றுத் தெளிவான விளக்கத்தைத் தரக் கூடும்.

இக்காலம் வரை வாணிகத்திற்குப் பயன்படும் ஏராளமான சங்குகள் தாமிரபரணி ஆற்றின் கூடுதுறைக்கு அருகேயுள்ள கடலிலேதான் காணப்படுகின்றன. அங்கே கூடுதுறை உருவாகிக் கொண்டிருந்த பழங்காலத்திலேயே கணக்கற்ற சங்குகள் கிடைத்தன என்பதற்கு அண்மையில் வயல்களின் வண்டல் மண்ணிற் புதைந்து கிடக்கும் சங்குகளே சிறந்த சான்றாகும்.

இந்தியா முழுவதும் சங்குகள் இசைக் கருவியாகப் (ஒலி செய்யும் கருவியாக) பயன்பட்டு வருகின்றன; வட இந்தியாவில் இச்சங்குகள் அணிகள் (நகைகள்) செய்யத்தக்க பொருளாக மிகுதியாய்ப் பயன்படுகின்றன. சோலன் நதி 'பெட்டிகோ' (Bet-tigo) மலையில் தோன்றுகிறது என்று கிரேக்கர்கள் கூறுகிறார்கள். தாமிரபரணி ஆறு பிறக்கும் பொதிகை மலையையே இந்தப் பெயர் குறிப்பதாக அவர்கள் எண்ணியிருக்க வேண்டுமென்று ஊகிக்கலாம். இது வாயிலாக 'மலயம்' என்று புராணங்கள் கூறுவது போலக் கிரேக்கர்கள் 'பெட்டிகோ' என்று குறிப்பிடும் தாமிரபரணி உற்பத்தியாகும் மலையைத் தென்மலைத் தொடர்ச்சியோடு இனம் கண்டு கொள்ள ஏதுவாகிறது. (ஒரு ஆற்றைப் பற்றி எவ்வளவு விவரங்களை ஆசிரியர் தேடித் தருகிறார் என்பது ஆராய்ச்சி மாணவர் எண்ணிப் பார்த்துப் பின்பற்ற வேண்டிய ஒன்று. அடியேன் 'ஆறும் பேரும்' பற்றி எழுதி வரும் ஆராய்ச்சி நூல் விரைவில் வெளிவரும்.)

இதற்கிடையில் கலைக் களஞ்சியம் **(V:575)** *(6, 5, 8)* தரும் பின்வரும் குறிப்பு காணத்தக்கது: 'நம்மாழ்வார் பொருநல் வடகரை' தொலைவில்லிமங்கலம் என்று

பொருநையைப் பொருநல் என வழங்குகிறார். பொருந்தம்' என்பதே 'பொருநை' என மருவியது. பொருந்தம் என்பது பொருந்துதல் என்னும் பொருளதாக இருக்கலாம்.

பெரிய புராணத்தில் பாண்டிய நாட்டைத் 'தண்பொருந்தப் புனல் நாடு' என்று சேக்கிழார் குறிப்பிடுகிறார். முதல் இராசராசனுடைய 28ம் ஆண்டு (1013) வட்டெழுத்துக் கல்வெட்டு ஒன்றில் சீவலப்பேரியை அடுத்துச் சித்திரா நதி கலக்கும் தாமிரபருணி நதிப்பகுதி தண்பொருந்தம் என்று வழங்கியுள்ளது.

○○○

16. பாண்டிய நாட்டின் எல்லைகள்

பாண்டியர் ஆட்சியின் ஆரம்ப முதல்

விசயநகர ஆட்சியின் வானுயர் காலம் வரை கால்டுவெல் தமது ஆய்வில் திருநெல்வேலி சரித்திரம் நூலில் "பாண்டி நாட்டின் எல்லைகள்" பற்றி குறிப்பிட்டுள்ளார். அதில் தென்காசி, செங்கோட்டை பாண்டிய நாட்டு எல்லைகள் குறித்து அவரது கூற்றைப் பார்ப்போம் :

சேர சோழ பாண்டிய நாடுகளாகிய மூன்று தமிழ்நாடுகளின் எல்லைகள், பரப்புகள் முதலியவைகளைப் பற்றிச் சில புவியியல் செய்யுள்கள் வழக்கு முறையிலுள்ளன. இச்செய்யுள்கள் அதிகாரபூர்வமானவையென்றும் இலக்கிய உயர்வுடையவை என்றும் தமிழ்மக்கள் மதிக்கின்றார்கள்.

பாண்டி நாட்டைப் பற்றிக் கூறும் செய்யுளின்படி, பாண்டி நாட்டின் வடக்கே வெள்ளாறும், தெற்கே கன்னியாகுமரியும் கிழக்கே மன்னார்குடாக்கடல் பால்கன் நீரிணைப்பு (ஜலசந்தி) அல்லது தொண்டி வளைகுடாக் கடலும், மேற்கே உயர்ந்த பெரு வழியும் எல்லைகளாயமைந்திருந்தன.

இவற்றுள் கிழக்கு எல்லையாகிய கடலைப் பற்றிச் சிறப்பாகக் கூற ஒன்றுமில்லை. பாண்டிநாடு பற்றிய

செய்யுளில் பாண்டி நாட்டின் வடவெல்லை வெள்ளாறு என்பது குறிப்பிடப்பட்டிருக்கிறது. சோழநாடு பற்றிய செய்யுளிலும் சோழநாட்டின் தென்னெல்லை வெள்ளாறு என்பது குறிப்பிடப்படுகிறது.

போட்டியும் சச்சரவும் நிரம்பிய இருபிரிவினராகிய சோழ பாண்டியரிடையே இருந்த இப்பொது எல்லை அடிக்கடி மாறிக் கொண்டேயிருந்திருக்க வேண்டும். ஒரு காலத்தில் முழுப் பாண்டி நாடும் சோழநாட்டுடன் இணைந்திருந்தது என்பது நாம் அறிந்ததேயாகும்.

தொடர்ந்த போரினால் அலுப்படைந்த சோழ பாண்டியர் தமக்குள் ஒரு நன்னாளில் ஒரு திருமணம் வாயிலாகச் சமாதானம் (அமைதி) செய்து கொண்டனர். அப்போது இருசாராருடைய பேராளர்களும் (பிரதிநிதிகளும்) கூடி வெள்ளாற்றைப் பொது எல்லையாக்கினர்.

அந்நிகழ்ச்சியை நிலைபேறுடையதாக்க வேண்டுமென்றெண்ணிய இருநாட்டுப் பேராளர்களும் (பிரதிநிதிகளும்) புலவர்களை வெள்ளாறு பொது எல்லையானது பற்றிச் செய்யுள் இயற்றச் செய்தனர் (எல்லைத் தொல்லை! தொல்லையானதுதான்! தொல்லை என்பதற்குப் பழமையானது என்றும் பொருள்! இந்தத் தொல்லைக்குப் புலவர்களும் தொல்லை! அவர்களும் மனிதர்கள் தானே! ந.ச.). பொது எல்லையாகக் கொள்ளப்பட்ட வெள்ளாறு போர்ட்டோ நோவோ - பரங்கிப்பேட்டை - ந.ச. அருகில் கடலில் கூடும் வெள்ளாறு அன்று.

ஏனெனில், இது சோழ நாட்டிலேயே மிக்க செழுமை கொழித்த பகுதியாகிய தஞ்சாவூரைச்

சோழ நாட்டிலிருந்து பிரித்துவிடுகின்றது. இங்கே சொல்லப்பட்ட வெள்ளாறு, திருச்சிராப்பள்ளியிலுள்ள மருங்காபுரிக்கு அருகில் மலைகளில் தோன்றி, தென்கிழக்கில் புதுக்கோட்டை மாநிலம் (சமஸ்தானம்) வழியாய் ஓடிக் காலிமியர் முனைக்குத் தெற்கேயுள்ள பால்கன் நீரிணைப்பில் (ஜலசந்தியில்) கடலுடன் கலக்கிறது. நாட்டுக்கோட்டைச் செட்டிமார்கள், பெண்கள் தங்களுடைய நாட்டு எல்லையாகிய வெள்ளாற்றைக் கடந்து செல்வது தீக்குறி (அபசகுணம்) என்று கருதி வந்த பழமையான வழக்காறு.

இந்த வெள்ளாறு, அதே வெள்ளாறுதான் என்பதை உறுதிப்படுத்துகிறது. (பார்க்க: 1, சோமலெ செட்டிநாடும் தமிழும்', 2. வயி. இராமநாதன் செட்டியார் 'நாட்டுக்கோட்டை நகரத்தார் வரலாறு' - ந.ச.) இந்த ஒற்றுமைப்படி, திருச்சிராப்பள்ளி சோழர்களுக்கேயன்றி, பாண்டியர்களுக்கு உரிமையாவதன்று.

பழங்காலத்தில் திருச்சிக்கருகேயுள்ள உறையூர் (சங்க இலக்கியம் போற்றும் உறந்தை-ந.ச.) டாலமியால் ஓர்தௌரா என்று வழங்கப்படுவது, பழைய சோழர்களின் தலைநகராயிருந்தது என்பதில் ஐயமில்லை. நாயக்கர் காலத்திலேதான் திருச்சிராப்பள்ளி மதுரை அரசர்களின் மாநிலத்தின் (இராச்சியத்தின்) ஒரு பகுதி ஆயிற்று (பார்க்க: அ.கி. பரந்தாமனார் மதுரை நாயக்கர் வரலாறு').

பிற்கால நாயக்கர்களின் தலைநகரெனக் கருதப்பட்டு வந்தது மதுரையன்று; திருச்சிராப்பள்ளியே. பாண்டி நாட்டின் தென்னெல்லை கன்னியாகுமரியாயிருந்தது.

செய்யுள் இயற்றப்பட்ட காலத்தில் பாண்டிநாடு பரவியிருந்த மேற்குக் கோடி, பாண்டி நாட்டின் எல்லையாகிய ‘பெருவழி’ என்று வழங்கப்பட்டது. மற்றொரு செய்யுளில் அதே வழி 'வழுதிகால்' பாண்டிய மன்னன் வழி என்று வழங்கப்படுகிறது.' (பாண்டிய அரசனது இலக்கியப் பெயர் ‘வழுதி’ என்பது. கால் என்பது வழி.

அச்சன்கோவில் என்பது சிவன் கோவில். அச்சன், அப்பன், தகப்பன். இங்குக் குறிப்பிடப்பட்ட தகப்பன் சிவன். அப்பன் என்பதற்குப் பதிலாக அச்சன் என்ற சொல் பழக்கத்திலிருந்ததாகப் பழந்தமிழ் இலக்கணத்தில் மேற்கு நாடாகிய திருவாங்கூர் அதாவது குடநாட்டுத் தமிழுக்கு எடுத்துக்காட்டாகச் சொல்லப்பட்டிருப்பது குறிப்பிடத்தக்கது (தொல். சொல். *400*, உரை ந.ச.).

ஆரிகன் காவு என்றால் ஆரியர்களின் காவல்காரன், ஆரியன் அல்லது ஆர்யா. அதாவது ஹரிஹரபுத்ரா, ஐயனார் என்ற சுத்தமான தமிழ்ப் பெயரையுடையவர். எல்லைக் காவலரென எண்ணப்பட்டு வந்தது. 'காவு' என்பது தமிழ்க் ‘காவல்’. அதாவது 'காவற்காரன்' என்பதன் மலையாளச் சொல் (கா என்னும் ஓரெழுத்து ஒரு மொழிக்குச் சோலை என்ற பொருளும் உண்டு. கா என்பது காவல் என்றும் திரிந்து வழங்கும். எடுத்துக் காட்டு: திருவானைக்காவல் –ந.ச.).

இது குற்றாலத்திற்கு அருகிலுள்ள மலைகள் வழியாகத் திருவாங்கூருக்குச் செல்லும் கணவாய் வழியாய் அமைந்துள்ளது. குறிப்பிட்ட இக்கணவாய் 'அச்சன்கோவிற் கணவாய்' என்று குறிப்பிடப்படுகிறது.

பிற்காலத்தில் இவ்வழி பயனற்றதாகிவிட்டது. அம் மலைகளிடையேயுள்ள இப்போதைய கணவாய் 'ஆரியன்காவு' என்பது.

கன்னியாகுமரிக்கு வடமேற்கே தென் திருவிதாங்கூரிலுள்ள மாவட்டமாகிய நாஞ்சில் நாடு முழுவதும் பாண்டிய நாட்டிற்குள் அடங்கியிருந்தது. அச்சன் கோவில் கணவாய்க்கு நுழையும் வழி திருவாங்கூர் என்று வழங்கப்படும் நகருக்கு மேற்கே உள்ளது. இச்சிறு நகரத்தின் பெயரே திருவாங்கூர். இதுவே நாட்டிற்கும் பெயராயிற்று. நாஞ்சில் நாட்டுக் கல்வெட்டுகள் இக்கூற்றின் உண்மையை விளக்குகின்றன.

நாம் பார்த்தபடி சோழர்களும் பாண்டியர்களும் பொது எல்லையை ஒப்புக் கொண்டார்கள். அதே போலச் சேர பாண்டியர்கள் பொது எல்லையை ஒப்புக் கொள்ள விரும்பவில்லை. ஏனெனில், அச்சன் கோவில் கணவாய் பாண்டிய நாட்டிற்கு மேற்கு எல்லையாகவும், சேரனுடைய செய்யுளில் சேர நாட்டின் கிழக்கு எல்லை தென்காசி அச்சன்கோவில் கணவாய் அன்று என்றும் கூறப்படுகிறது.

இதன்படி, குற்றாலத்தையும் சேர்த்துத் திருநெல்வேலி வட்டத்தி (தாலுக்கா)லுள்ள தென்காசியின் பெரும்பகுதி திருவாங்கூரைச் சேரும். தென்காசி ஒரு காலத்தில் திருவாங்கூரைச் சேர்ந்ததாய் இருந்திருக்கக் கூடும்.

ஆனால், கல்வெட்டுகள் 15, 16 ஆம் நூற்றாண்டு களிலேனும் அது பாண்டியர்கள் பிடியிலிருந்ததென்று கூறுகின்றன. பாண்டிய மாநிலத்தின் மேற்குக் கோடி

எல்லையை அச்சன்கோவில் கணவாய்க்குப் பதிலாகத் தென்காசியெனக் கொண்டால், பழைய அரச வழியின் நகரமாகிய திருவாங்கூருக்கு உரியதாய் இருக்கும். ஆனால், நாஞ்சில் நாடு முன் போலப் பாண்டிநாட்டின் ஒரு பகுதியாகவே இருக்கும்.

மற்றொரு சேரனுடைய செய்யுள் சேரநாட்டின் மேற்கு எல்லை செங்கோட்டை என்று கூறுகிறது. இது இப்போதிருக்கும் அமைப்புக்குச் சரியாய் உள்ளது. இப்போது திருநெல்வேலிக்கும் திருவாங்கூருக்கும் இடையேயுள்ள எல்லை செங்கோட்டை நகர் வழியே செல்கிறது என்று நான் நம்புகிறேன்.

முற்காலத்தில் அது கிழக்கே சற்றுத் தள்ளி அமைந்திருந்ததால் முழு நகரமும் திருவாங்கூருக்குச் சொந்தமாயிருந்தது. செங்கோட்டை வட்டம் (தாலுக்கா) என்று வழங்கப்படும் செங்கோட்டை நகருக்கும் மலைகளுக்குமிடையேயுள்ள மாவட்டம் முதலில் பாண்டியர்களுக்குச் சொந்தமாயிருந்ததென்பது தெரிகிறது; ஆனால், பல நூற்றாண்டுகள் வரையில் திருவாங்கூரின் பகுதியாயிருந்தது. சிறிது காலம் இது ஆர்க்காட்டு நவாபுவின் வசத்திலும் பின்னர்த் திருவாங்கூர்ப் பேரரசர் வசத்திலுமிருந்தது (பார்க்க : பிற்சேர்க்கை); ஆனால், இறுதியில் 1809 இல் திருவாங்கூருடன் இணைக்கப்பட்டது. அச்சன்கோவில் கணவாய்க்குத் தெற்கிலேயே செங்கோட்டை அமைந்திருப்பதால், அதுவே பாண்டிய நாட்டின் மேற்குக் கோடியெனக் கருதுவதற்கும் தகுதியுடையதாயிருக்கிறது.

மூன்று நாடுகளின் பரப்பளவும் வெவ்வேறு பாடல்களில் குறிக்கப்பட்டுள்ளன. அதன்படி சேரநாடு *800* சதுரமைல்; சோழநாடு *240* சதுரமைல்; பாண்டி நாடு *560* சதுரமைல் என்று தென் தமிழகத்தை கால்டுவெல் ஆய்வு செய்து கூறியது போற்றத்தக்கது.

○○○

17. காயல்பட்டினம் துறைமுகம்

மபார் என்பதற்கு வழி என்பது சாதாரணப் பொருள். சிலோனுக்கு அருகேயுள்ள சோழமண்டலக் கடற்கரைப் பகுதிக்குப் பழங்காலத்து அராபிய வியாபாரிகள் வைத்த பெயரே அது. ஐரோப்பியாவினின்றும் இலங்கைக்குச் செல்வதற்குரிய எளிய வழியாகவும் அது இருந்தது. கொல்லத்திலிருந்து நெல்லூர் வரை பாண்டிய சோழ நாடுகளையும் அவற்றிற்குட்பட்ட கடற்கரைப் பிரதேசம் முழுவதையும் அது குறித்தது.

1286இல் குயாலிகான் அரசனுக்குக் கப்பம் கட்டும் தூரநாடுகளில் ஒன்றாக மபார் (மாபரா) இருந்தது என்று சீனர்களின் சரித்திரக் குறிப்புகள் கூறுகின்றன. 1280 ஆம் ஆண்டிலும் அதைத் தொடர்ந்த ஆண்டுகளிலும் மலபாருடன் சீன அரசியல் உறவு கொண்ட வியப்பும் சுவையும் மிக்க செய்திகளைப் பாந்தியர் என்பவர் தருகின்றார். மற்றக் குறிப்புகளுடன் சீன நூல்கள் ஐந்து சுல்தானிய சகோதரர்களைப் பற்றியும் சமலேட்டிங் ஜமால் உத்தீன் என்ற தூதுவரை மலபாரிலிருந்து மங்கோலிய அரசவைக்கு அனுப்பியதைப் பற்றியும் குறிக்கின்றன (கர்னல் யூலின் மார்க்கபோலோ, 2273).

ஒன்பதாம் நூற்றாண்டில் மகம்மதிய அராபியர்கள் மலபார் கரையில் முதன் முதலில் குடியேறியது தெரிகிறது. பிறகு அவர்கள் கிழக்குக் கடற்கரையிலும் இலங்கையிலும்

பரவியிருக்க வேண்டும். திருநெல்வேலியிலுள்ள காயல் பட்டினமே கிழக்குக் கடற்கரையிலுள்ள அவர்களின் முக்கியக் குடியேற்றமாகும். ஹநிதன் அராபியர்கள் என்னும் தென்னராவியாவிலுள்ள சபாயியர்கள் கிரேக்கர்களின் வருகையைப் பின்பற்றி முன்பே இந்தியக் கடற்கரைக்கு அடிக்கடி வந்துள்ளார்கள்.

அந்த அராபி வியாபாரிகளின் வழிவந்த கலப்பினத்தவர்கள் மேற்குக் கடற்கரையில் மாப்பிள்ளைகள் என்றும், கிழக்குக் கடற்கரையில் லப்பைகள் என்றும் வழங்கப்பட்டார்கள். சாதாரணமாகத் தமிழ்மக்கள் அவர்களைத் துலுக்கர் (துருக்கியர்) அல்லது ஜோனகர் (யவனர்) என்று வழங்கி வந்தார்கள்.

மாரிக்கன் அல்லது மாராகன் என்பது அவர்களுடைய சாதாரண பட்டப்பெயர். இச்சொல் கப்பலோட்டி எனப் பொருள்படும். இது அவர்கள் முதலில் மாலுமிகளாய் இருந்தார்கள் என்பதைக் குறிக்கின்றது. இது உண்மையே. அவர்களுக்கு ஹிந்துஸ்தானி மொழி தெரியாது. ஆனால், அவர்கள் வாழ்ந்து வந்த நாட்டின் தாய்மொழியாகிய தமிழ் அல்லது மலையாள மொழியையே பேசி வந்தார்கள். ஹிந்துஸ்தானி பேசுகிறவர்களாகிய முகம்மதியர்கள் பட்டானியர்களும் மற்றவர்களும் வடவிந்தியாவிலிருந்து வந்து முழுதும் வேறுபட்ட தனி இனத்தினராய் வாழ்ந்தார்கள்.

காயல்

மத்திய காலத்தில் திருநெல்வேலி சரித்திரத்தில் ஏற்பட்ட மிக்க சுவையான நிகழ்ச்சி கி.பி.1292ல் மார்க்கபோலோ காயலுக்கு வருகை புரிந்ததாகும்.

"இப்போது மறந்து விடப்பட்ட காயல், சென்னை மாகாணத்திலுள்ள கடற்கரைப் பகுதியாகிய திருநெல்வேலி மாவட்டத்தில் சிறந்த துறைமுகமாய் விளங்கியது." என்று மார்க்கபோலோ என்ற நூலில் கர்னல் யூல் கூறியுள்ளார்.

முத்துக்குளித்தல் நடைபெறுமிடமாகிய ககிலா என்று நிக்கோலா கான்டி அதைக் குறிப்பிடுகிறார் (பக்.7). வாஸ்கோடகாமா தமது முதற்கப்பல் பயணத்தின் போது அந்த இடம் காயல் என்றிருந்ததென்றும், அது முசல்மான் அரசனது சமஸ்தானமாய் இருந்ததென்றும், கிறிஸ்தவர்கள் அங்கிருந்தார்கள் என்றும் தாம் அறிந்ததாகக் கூறுகிறார். இங்கே முத்துகள் மிகுதியாய்க் கிடைத்தன.

கியோவன்னி எம்போலிகாயப்டோவர்திமா பர்போஸாவைப் போலவே முத்துக் குளித்தல் நடைபெறுமிடம் என்பதைக் கண்டதாகக் கூறுகிறார்.. இக்குறிப்புகளால் அது அந்நாளிலும் செல்வந்தர்களான மகம்மதிய வியாபாரிகள் நிறைந்த சிறந்த துறைமுகப் பட்டினமாய் இருந்தது என்றும், மலபார் சோழமண்டலம் வங்காளம் முதலிய இடங்களினின்றும் பல கப்பல்கள் அங்கு அடிக்கடி வந்தன என்றும் அறிகிறோம். கடைசியாக நாம் சான்று காட்டிய

ஆசிரியர்கள் காலத்தில் அது கௌலாமி (குயிலான்) அரசன் வசமிருந்தது. அவன் பெரும்பாலும் காயலில் தங்கியிருந்தான்...

காயல், தாமிரபரணி ஆற்றின் கரையில் அது கடலொடு கலக்குமிடத்திலிருந்து ஒன்றரை மைல் தூரத்தில் அமைந்திருக்கிறது. காயல் என்ற தமிழ்ச் சொல்லிற்குக் 'கடற்கழி', 'கடலில் சேரும் ஆழமில்லாத நீர்நிலை' என்பது பொருள். ஆற்றின் கூடு (சங்கமத்) துறையருகேயே இதைப் போன்ற பல காயல்கள் அல்லது கடற்கழிகள் இருப்பதைப் படங்களிற் காணலாம்.

இவற்றுள் பல காயல்கள் ஏறக்குறைய முழுதும் வரண்டுவிட்டன. அவற்றுள்ளும் பல காயல்களில் உப்பளங்கள் ஏற்படுத்தப்பட்டிருக்கின்றன. காயலின் எல்லையில் கட்டப்பட்ட ஒரு நகரத்திற்கு இயற்கையாகக் 'காயல்' என்ற வழக்குப் பெயர் வழங்கப்பட்டிருக்க வேண்டும். இதே காரணத்தால் இதை அடுத்துள்ள இடத்திற்கும் 'புன்னைக்காயல்' என்ற பெயர் வழங்கப்பட்டிருக்க வேண்டும்.

காயல்களுக்கருகேயுள்ள இரண்டு இடங்களின் பெயர்களாகிய காயல்பட்டினம், சோனகாபட்டினம் என்பன இதற்கு நம்பிக்கையூட்ட உதவுகின்றது. காயல் நகரம் *1861* இல் கொற்கைக்குச் சென்ற நான் கிரேக்கர்களுடைய கொல்கையே கொற்கை என்பதை அறிந்தேன். இந்த ஒற்றுமையால் என் ஊக்கம் அதிகரித்தது. அதே சமயத்தில் கொற்கைக்கும்

கடலுக்கும் இடையே பாதித் தூரத்தில் 'பழைய காயல்' என்று வழங்கப்படும் முக்கியமல்லாத ஓர் இடம் மார்க்கபோலோ கூறும் காயல் ஆகும் என்ற முடிவிற்கு வந்தேன்.

மத்திய காலத்தில் இந்தியாவின் கிழக்குக் கடற்கரை ஓரத்தில் மிகவும் புகழ்வாய்ந்த நகரமாயும் துறைமுகமாயுமிருந்தது இதுவே. இதற்குப் பிறகு ஏறக்குறைய பத்து ஆண்டுகட்குப் பின்னரே கர்னல் யூல் மார்க்கபோலோ புத்தகத்தைத் தயாரித்துக் கொண்டிருந்த பொழுது வெளியிட்டேன்.

கொற்கை, காயல் என்னும் இரண்டு இடங்களும் தாமிரபரணி ஆற்றுக் கழிமுகப் பூமியில் அமைந்திருக்கின்றன. கொற்கை கடலிலிருந்து ஐந்து மைல் தூரத்திலும் காயல் இரண்டு மைல் தூரத்திலும் உள்ளன. ஆனால், இவை முதலில் கடற்கரையிலேயே இருந்தன. அதே சுற்றுவட்டாரத்தில் அத்தகைய புகழ்பெற்ற இரண்டு இடங்களைக் கண்டுபிடித்தது குறிப்பிடத்தக்கதெனத் தோன்றுகிறது.

ஆனால், அதே சமயத்தில் அருகிலுள்ள இடங்களின் நிலவியலை ஆராயின், ஏன் அவை அவ்வாறு புறக்கணிக்கப்பட்டன என்பது விளங்குகிறது. ஆற்றின் கூடு (சங்கமத்) துறையினருகே கடலில் வண்டல் மண் சேர்ந்துவிட்டதால், அல்லது கடற்கரை உயர்ந்தமையால், அல்லது இரண்டு காரணங்களாலும் நாளடைவில் கொற்கை உள்நாட்டுள் ஒதுக்கப்பட்டதால் கடல் வாணிகத்திற்கான வசதிகள் இல்லாது போயின.

இதற்கு மாறாகக் கடலில் சேரும் ஆழமில்லாத நீர்நிலை என்ற பொருள்படும் காயல் என்ற பட்டினம், கடற்கரை மட்டத்திற்கு உயர்ந்து மேலும் பெரிய அளவில் வளர்ச்சியடைந்தது. இப்போதோ காயல் ஒரு சிறிய கிராமமாய்க் குறுகிவிட்டது. அதில் மகம்மதியர்கள் பாதிப் பகுதியிலும் ரோமன் கத்தோலிக்கச் செம்படவர்கள் பாதிப் பகுதியிலும் வசித்து வருகின்றார்கள். அதனருகே அதைவிடச் சிறிய ஒரு கிராமத்தில் பிராமணர்களும் வேளாளர்களும் வசித்து வருகின்றார்கள் என்று காயல்பட்டினம் குறித்து கால்டுவெல் குறிப்பிடுகிறார்.

○○○

18. தென்னிந்தியாவில் பாளையக்காரர்களின் தோற்றம்

தமிழகத்தின் பல இடங்களுக்குப் பயணம் செய்த கால்டுவெல் நிலப்பரப்பை மட்டும் காணவில்லை. அவற்றின் சரித்திரத்தையும் அங்குலம் அங்குலமாக ஆய்வு செய்துள்ளார். மதுரையை ஆண்ட நாயக்கர்கள் வரலாற்றையும், நுட்பமாக ஆராய்ந்து கால்டுவெல் தம் நூலில் பதிவு செய்த கருத்தைப் பார்ப்போம்.

மதுரை நாயக்கர்கள்

நெல்சனின் மதுரை மானுவலில் நாயக்கர்களின் சரித்திரம் முழுமையும் கூறப்பட்டிருக்கிறது. ஆனால் அதில் திருநெல்வேலியைப் பற்றிய குறிப்புகள் மிகக் குறைவாய் இருக்கின்றன. அதில் கூறப்பட்டுள்ள செய்திகளில் உள்நாட்டார் செவிவழிச் செய்தியை நம்பி எழுதப்பட்டவைகளும் பிற்காலத்தில் சேர்க்கப்பட்டவைகளும் எவ்வளவு தூரம் உண்மையான செய்திகள் என்பது ஐயப்பாட்டுக்குரியதுதான்.

அதில் கூறப்பட்டுள்ள நாயக்கர் வரலாற்றின் முக்கியச் செய்திகள் உண்மையானவை என்பதில் ஐயமில்லை. அவை சரி என்று ஒப்புக் கொள்ளவும் தகுதியுடையவை. ஆனால் உண்மையாக நாம் நம்பக்கூடிய செய்திகளும் ஆண்டுகளும் ரோமன் கத்தோலிக்க மதக்குருக்களால் மதத் தலைவர்களுக்கு எழுதப்பட்ட கடிதங்களினால் உறுதிப்படுகின்றன என்று எனக்குத் தோன்றுகிறது.

அக்காலத்தில் எழுதப்பட்ட இக்கடிதங்களுக்கு நாம் மிகவும் கடமைப்பட்டுள்ளோம். இந்தச் செய்தி மூலம் 1600க்கு முந்திய காலத்திற்குரியவற்றைக் குறிப்பிடவில்லை. எடுத்துக்காட்டாக, விசுவநாத நாயக்கரின் ஆட்சியைப் பற்றிய செய்திகளை எல்லாம் நெல்சன் டெய்லரின் வரலாற்றுக் கையெழுத்துப்படிகளிலிருந்தும் மக்கன்ஸி தொகுத்தவைகளிலிருந்தும் எடுக்கப்பட்டிருப்பதால் வழிவழிக் கதை வரலாற்றைவிட இவை மோசமானவை என்று எனக்குத் தோன்றுகிறது.

இந்நூற்றாண்டின் வரலாற்றில் ஆரம்பத்திலிருந்து ஏறத்தாழப் பாதிக்கு மேற்பட்ட காலம் வரை விவரிக்கப்படும் நாயக்கர்களைப் பற்றிய செய்திகளில் உண்மை பாதி, கற்பனை பாதி. அத்தகையவர்களின் பண்பு நலங்களைப் பற்றியும் ஆங்கிலக் கலெக்டரின் குறிக்கோள்களைப் பற்றியும் விவரிக்கப்படும் செய்திகள் முழுக் கற்பனைக் கதையைவிடச் சிறிது நம்பத்தக்கன என்று எண்ணுகிறேன்

நாயக்கர்களின் ஆட்சி அறிவிப்புகள் பொதுவாக 1559 இல் ஏற்பட்டதாகக் கூறப்படுகின்றன. ஆனால் அத்தேதி மிகப் பிற்காலத்து உள்நாட்டு ஆதாரங்களைச் சார்ந்தே இருக்கிறது. அந்தத் தேதியில் விஜயநகர ஆதிக்கம் பெரிதும் பலமிழந்து விட்டதால் இதற்கு முன்பாகவே நாயக்கர்கள் மதுரை நிகழ்ச்சிகளில் குறுக்கிட்ட சம்பவம் ஏற்பட்டிருக்க வேண்டுமெனத் தோன்றுகிறது. அதாவது, அவை சுமார் 1559 இல் கிருஷ்ணராயர் ஆட்சிக் காலத்தில் நடைபெற்றிருக்க வேண்டும்.

1553 இல் எழுதப்பட்ட புகழ்வாய்ந்த பிரான்ஸிஸ் சேவியரின் கடிதங்களினின்றும் படகர்களாகிய வடுகர்கள் அல்லது நாயக்கர்கள் உள்நாட்டுப் பகுதிகளை எல்லாம் ஏற்கனெவே வசப்படுத்திவிட்டார்கள் என்பதையும் கன்னியாகுமாரிவரை தென்கடற்கரை முழுவதையும் கைப்பற்ற அவர்கள் முயன்றார்கள் என்பதையும் தவிர வேறு எந்தச் செய்தியும் தெளிவாய் இல்லை!

இந்த நிலையை ஒப்புக் கொண்டால், இருபது ஆண்டுகள் வரை கிருஷ்ணதேவராயர் ஆட்சிக்கு முன்வரை அது *1520* வரை நடந்த நிகழ்ச்சிகளைத் தேட வேண்டுவது இன்றியமையாததாகும்.

தெற்கே ஆட்சி புரிந்து வந்த பாண்டிய அரசன் தன் எதிரியை அடக்க விஜயநகர அரசனின் உதவியை நாடியதால் அவன் முதன்முதல் தென்னிந்திய நிகழ்ச்சிகளில் தலையிட்டான். தஞ்சாவூர் அரசன் பாண்டியனை வென்று அவன் நாட்டைக் கைப்பற்றினான். அதனால், சுந்தரபாண்டியன் முன்பு டில்லிக்கு ஓடியது போலப் பாண்டியன் விஜயநகரத்திற்கு ஓடிச் சரண் புகுந்தான்.

தஞ்சாவூர் அரசன் பெயர் வீரசேகரன். மதுரை அரசன் பெயர் சந்திரசேகரன். இந்தப் பெயர்களை நான் உண்மையானவையல்ல என்று தான் நினைக்கிறேன். இந்த வேண்டுகோளுக்கிணங்கி விஜயநகர அரசன் தன்னுடைய தளகர்த்தனான நாகம்ம நாயக்கனைக் கொண்டு சோழ அரசனைத் துரத்திவிட்டுப் பாண்டியனுக்கு அவன் மூதாதையர்களின் அரசுரிமையை வழங்கினான்.

இங்குக் கூறப்பட்டிருப்பது போல் உண்மையில் நடந்திருக்குமானால், இங்குக் குறிக்கப்பட்டிருக்கும் பாண்டிய அரசன் பராக்கிரம பாண்டியனாய் இருந்திருக்க வேண்டும். ஏனெனில், அவனே 1516 இல் ஆட்சியைத் தொடங்கினவன்.

நாகம்ம நாயக்கன் தானே முழு உரிமை அரசனென்று அறிக்கை செய்தான் என்றும், அதனால் அவன் மகனாகிய விசுவநாதநாயக்கன் தன் தகப்பனை அடக்கிவரச் சென்றானென்றும் குறிப்பிடப்படுகிறது. இந்த அரச நன்றிக்கு மெச்சி விசுவநாதனுக்கு விஜயநகர அரசின் மேற்பார்வையில் மதுரை கவர்னர் அல்லது லெப்டினண்டு பதவி அளிக்கப்பட்டது. ஆனால், அவன் தன் தந்தையைப் போல அரசனை எதிர்த்துத் தன்னைச் சுதந்தர அரசனாக்கிக் கொள்ளவில்லை. ஆனால், அரச சலுகையினால் கொடுக்கப்பட்ட அதிகாரமும் பதவியும் விசுவனாதனை முழு உரிமை அரசனாக்கிவிட்டதுமின்றிப் பதினைந்து தலைமுறை வரை அரசுரிமை அதிகாரமும் கிடைக்கச் செய்தது. விசுவநாத நாயக்கன் வலிமையும் அரசியல் அறிவும் நிரம்பப் பெற்றவன். அவனது ஆற்றலினால் தான் மதுரை முற்றுகையிடப்பட்டதென்று கூறப்படுகிறது. தஞ்சாவூர் அரசனிடமிருந்து திருச்சிராப்பள்ளியும் கைப்பற்றப்பட்டது என்று கூறப்படுகிறது. அவன் திருச்சிராப்பள்ளியை மதுரை நாட்டுடன் இணைத்தான்.

ஆர்க்காட்டு நவாபுவின் உன்னத ஆட்சிக்காலம் வரை இரு நாடுகளும் ஒன்றாகவே இருந்தன. பலம் வாய்ந்த 'ஐந்து பாண்டவர்கள்' என்று வழங்கப்பட்ட உடன்

பிறந்தார்களால் ஆளப்பட்டுவந்த திருநெல்வேலியையும் வென்றான் விசுவநாதன்.

மதுரையிலிருக்கும் அளவிற்கு அதிகமாகப் பாளையக்காரர்கள் திருநெல்வேலியில் இல்லை யென்றாலும் அங்கிருந்த பாளையக்காரர்கள் போது மானவர்களாயிருந்தார்கள். திருநெல்வேலியில் இப்பொழுது இருபத்து இரண்டு சமீன்தாரிகள் (குறுநில அரசுகள்) இருக்கின்றன. மதுரையில் மிகப்பெரிய இராமனாதபுரம் சிவகங்கை குறுநில அரசுகளையும் சேர்த்து இருபத்தாறு குறுநில அரசுகள் இருக்கின்றன. நெல்சனுடைய செய்திக் குறிப்புகளிலிருந்து பொதுவாகப் பாண்டி நாட்டில் பாளையக்காரர்களின் ஆட்சியை ஏற்படுத்தியவன் விசுவநாத நாயக்கனே என்றும் நாட்டில் அமைதி நிலவச் செய்ய அவன் புறப்பட்டபொழுது பாளையக்காரர் அல்லது குறுநில அரசர்களை (சமீந்தாரிகளை) நியமித்தான் என்றும் நான் கருதுகிறேன்.

விசுவநாதன் தென் மாவட்டங்களில் குடியிருப்புகள் அதிகமானவுடன் தன்னால் தோற்றுவிக்கப்பட்ட அரசமரபு நிலைப்பதற்காக நாட்டின் நலனைப் பற்றி அங்குள்ள முக்கியமானவர்களுடன் கலந்து ஆலோசித்து எல்லா மக்கட் சமுதாயத்தினிடமும் தன் ஆட்சி பரவுவதற்கான வாய்ப்பை ஏற்படுத்திக் கொள்ள விரும்பினான்.

ஆனால், இவ்வாறு செயற்படுவது மிகவும் கடினமானதாயிருந்தது. அவன் தன்னுடன் தன்னைச் சார்ந்திருந்த தன் சாதியைச் சேர்ந்த மக்கள் கூட்டத்தை

மதுரைக்கு அழைத்து வந்தான். அக்கூட்டம் பணிவுடனும் நன்றியுடனும் நடந்து கொண்டது. இச்செயலை விசுவநாதன் திறமையுடன் செய்து முடித்தான்.

ஆனால், அவர் அனைவரும் பேராசையுடன் பெரும் பரிசுகளை எதிர்நோக்கி நின்றனர். அவர்களுக்குத் தாராளமாகப் பரிசுகள் அளிக்கப்படாவிட்டால் அவனுக்கு எதிரிகளாய் இருப்பார்கள் போல் இருந்தது. அக்காலத்தில் அங்குப் பழைய மரபுவழிப் படைத்தலைவர்கள் இருந்தார்கள். அவர்கள் போதுமான நிலப்பரப்பையும், அதை ஆட்சிபுரியத் தேவையான வலிமையையும் பெற்றிருந்தார்கள். அவர்களுடைய நல்லெண்ணமும் நல்லுறவும் அவனுக்கு மிகவும் தேவைப்பட்டன. ஆனால், அவற்றைப் பெறுவது மிகக் கடினமாயிருந்தது.

அவர்கள் தலைமுறை தலைமுறையாக நெடுங்கால ஆட்சியின்மையால் முறையின்றிக் குழப்பம் விளைத்து இலாபம் ஈட்டுவது எப்படி என்பதை நன்றாக அறிந்திருந்தார்கள். தெலுங்கு அரசன் ஒருவன் குறுக்கிட்டு வேலை செய்வதை அவர்கள் எரிச்சலுடன் கவனித்து வந்தார்கள்.

அவர்களும், நாடும் அதன் அதிகார உரிமையும் கொடுக்கப்படும் என்று எதிர்நோக்கும் எண்ணமே நகைப்புக்கு இடமாய்த் தோன்றியது. மேலும் கவர்னர் சம்பளத்தையும் அலுவற்பணிகளையும் தன்னைச் சூழ்ந்த தன் இனத்தவரில் தகுதியுள்ளவருக்கே தன்பரிசாகக்

கொடுத்து வந்தான். இதனால் அவர்கள் கவர்னரைச் சூழ்ந்துள்ள வேற்றுநாட்டவரைப் பொறாமையுடனும் வெறுப்புடனும் பகை உணர்ச்சியுடனும் மதித்து வந்தார்கள்.

அன்றியும், பாண்டியர்களைச் சார்ந்தவர்கள் வறுமை நிலையில் மிக்க மனக்குறை அடைந்திருந்தார்கள். அவர்கள் காலத்தினால் எல்லாவற்றையும் அடைய முடியுமென்றும், அமைதியாலும் சமாதானத்தாலும் ஒன்றும் பெற முடியயாதென்றும் நம்பி வந்தார்கள்.

இறுதியாக, அவர்கள் முரட்டுத்தனமும் குழப்பமுடைய தெலுங்கு கன்னட இனத்தைச் சேர்ந்த சாகசக்காரர்கள். அவர்களுடைய மூதாதையர்கள் நாட்டின் வடக்கு மேற்குப் பகுதிகளைப் பலமாக கைப்பற்றிக் கொண்டிருந்தார்கள். ஆனால், யாருக்கும் கப்பம் செலுத்தவில்லை. அவர்களது அடக்கமற்ற ஆத்திரத்தினால் நேர்மையான பலம் வாய்ந்த அரசிற்கும் இடையூறு ஏற்பட்டது.

இத்தகைய எல்லா வகுப்பு மக்களின் குழப்பமான விருப்புகளையும் ஒருமைப்படுத்துதல், அவர்களது வேற்றுமைகளை வேரறுத்தல், அவர்களின் நல்லெண்ணங்களைப் பெறுதல் முதலிய பணிகள் விசுவநாதனுடைய கடமைகளாய் இருந்தன. இச்செயல்களை எல்லாம் அவன் அறிமுகமற்ற நாட்டில் அதுவும் கையில் காசின்றி செய்ய வேண்டியிருந்தது.

கடைசியாக அவன் வெற்றியடைய ஒரு வழியைக் கண்டுபிடித்தான். ஒவ்வோர் இனமக்களிலும் மிக்க செல்வாக்குப் பெற்றவர்களை உத்தியோகத்தாலும்

வேறுவகை உயர்வாலும் மேன்மைப்படுத்துவதும் அதற்குப் பதிலாக அவர்களும் அவர்களுடைய மரபினரும் விசுவநாதனிடமும் அவனுடைய மரபினரிடமும் அரச நன்றியுடன் (ராஜ விசுவாசத்துடன்) நடந்து கொள்வதாக வாக்குறுதி பெறுவதும் என்பதே அவ்வழியின் நோக்கம்.

காலச் சூழ்நிலைக்கு இதைப்போன்று வேறு எதுவும் நன்மையான செய்கையாய் இருந்திருக்க இயலாது என்றாலும், அது எல்லாவிதமான இடையூறுகளையும் உண்டாக்கி முடிவில் நாயக்க அரச பரம்பரையையே கவிழ்ந்துவிடுவதற்குப் பெரிய காரணமாயிற்று. அதன் விபரம் வருமாறு:

மதுரைக் கோட்டைக்கு எழுபத்து இரண்டு கொத்தளங்கள் இருந்தன. இப்பொழுது முதலில் ஒவ்வோர் அரணும் குறிப்பிட்ட ஒவ்வொரு தலைவனின் அதிகாரத்தில் விடப்பட்டது. அவனவன் வமிசத்தினரும் எந்தக் கணத்திலும் எந்தச் சூழ்நிலையிலும் அந்த உத்தியோகத்திற்கு உரிமையுடையவர்கள். அவன் ஆண்டுதோறும் குறிப்பிட்ட கப்பத்தைக் கட்டவும் ஆளுநருடைய (கவர்னருடைய) படைக்குக் குறிப்பிட்ட எண்ணிக்கையுள்ள படைவீரர்களை எப்பொழுதும் தயாராக வைத்திருந்து கொடுக்கவும் நாட்டின் குறிப்பிட்ட ஒரு பகுதி முழுவதிலும் ஆளுநரின் ஆணைப்படியே அமைதி நிலவச் செய்யவும் கடமைப்பட்டவன்.

இப்பணிகளையும் மற்ற வேலைகளையும் செய்வதாக வாக்குறுதி கொடுத்த தலைவனுக்கு விசுவநாத

நாயக்கனும் அரிய நாயக்கனும் அவன்பால் வைத்திருந்த மதிப்பிற்கு ஏற்பவும், அவன் வகித்த பதவி நிலைக்கு ஏற்பவும், சில கிராமங்கள் அடங்கிய நாட்டின் ஒரு பகுதி மானியமாக வழங்கப்பட்டது. அவர்களுக்குப் பாளையக்காரர் என்ற பட்டமும் வழங்கப்பட்டது.

இவற்றுடன் ஒவ்வொரு மானியக்காரருக்கும் மதிப்புள்ள பரிசுகள் வழங்கப்பட்டன. விருதுகளும் சலுகைகளும் கவர்னரின் சட்டப்படி ஆடம்பரமான சடங்குகளின் மூலம் அளிக்கப்பட்டன. இதுதான் புகழ்பெற்ற மதுரை பாளையக்காரர்களின் தொடக்கம். அப்பாளையக்காரர்களில் சிலருடைய சந்ததியார் இன்று பழைய உத்தியோகமும் அதிகாரமும் அற்றவர்களாயிருப்பினும், தங்கள் மூதாதையரின் மானியத்தை அனுபவித்து வருகின்றனர்.

மதுரையிலும் திருநெல்வேலியிலும் உள்ள பாளையக்காரர் அனைவரும் இந்த முறையிலே நாயக்க அரசனால் நியமிக்கப்பட்டவர்களே. அந்த நாயக்க அரசன் அவ்வமிசத்தை நிறுவினவனாகக் கருதப்படும் விசுவநாதன் தானா அல்லது வேறு ஒருவனா என்பது பேரைய்யப்பாடாய்த் தோன்றுகிறது.

நெல்சன் ஆதாரமாக நம்பின சாசனங்கள் சரித்திர சம்பந்தமற்றவை அல்லது குறைந்த வரலாற்றுத் தொடர்புடையவை என எனக்குத் தோன்றுகிறது. பாளையக்காரர்களின் தோற்றம் நாயக்கர் ஆட்சிக்காலத்திலேதான் தோன்றியது என்பதை மட்டுந்தான் நாம் ஏற்றுக் கொள்ள முடியுமென்று நான் எண்ணுகிறேன்.

மிகச் சில குறுநில மன்னர்கள் (ஜமீந்தார்கள்) சிறப்பாக இராமநாதபுரம் சேதுபதி தவிர தங்கள் நாடுகளும் தலைமைப் பதவியும் நாயக்கர்கள் காலத்திற்கு முந்தியவர்களாகிய பழைய பாண்டிய அரசர்களால் அவர்களுக்குக் கொடுக்கப்பட்டது என ஆணைவழிக் கூறலாம்.

பாளையக்காரர்களின் நிலைமை

அருகிலுள்ள மாகாணங்களில் ஏற்பட்ட தெலுங்கர் குடியேற்றப் பகுதிகளின் தலைவர்களுக்கு அங்குள்ள பழைய மக்களைப் பயமுறுத்திப் பணியவைப்பதற்காக விசயநகர அரசனால் பாளையக்காரர் என்ற விருது வழங்கப்பட்டது என்று ஜெனரல் வில்க்ஸ் என்பார் கூறுகிறார். ஆனால், எந்த அரசன் பெயரையும் குறிப்பிடவில்லை.

பாளையக்காரர் என்பதற்குப் 'பாளையத்தை உடையவர்' என்பது பொருள்; போர் அனுபவத்திற்காக மானியம் பெற்றவன் என்றும் மற்றொரு பொருளும் உண்டு. தமிழ்ப் பாளையக்காரர் என்ற பெயரே 'போலிகார்' என ஆங்கிலப் பெயரானதாகத் தெரியவில்லை. அது தெலுங்கிலுள்ள 'பலேகாடு' அல்லது கன்னடத்திலுள்ள 'பலேகாரா' என்று அதே பொருளில் வழங்கப்பட்ட சொற்களிலிருந்து பிறந்திருக்க வேண்டும்.

'காடு', 'கார' என்ற சொற்கள் 'காரர்' என்ற சொல்லுக்கு ஏற்ற தெலுங்கு கன்னடச் சொற்களாகும். அதே போலப் 'பாளையத்தை உடையவன்' என்ற பொருளை உணர்த்தும் ஆங்கிலச் சொல்லாகிய 'பொள்ளம்' என்பது தமிழ்ச் சொல்லாகிய

பாளையத்திலிருந்து வந்திருக்க முடியாது; தெலுங்குச் சொல்லாகிய 'பாளமு' என்பதிலிருந்துதான் வந்திருக்க வேண்டுமெனத் தோன்றுகிறது.

விசய நகரப் பாளையக்காரன் முப்பத்து மூன்று கிராமங்களுக்குத் தலைவனாய் இருந்தான். ஆனால், தமிழ்நாட்டில் அந்த எண்ணிக்கையில் எந்த அரசாட்சியும் இருந்ததாகக் காணப்படவில்லை. பாளையக்காரர் முதலில் கன்னட நாட்டில் 'உடையவர்கள்' என்ற பொருளைக் குறிக்கும் 'உடையார்' என்று வழங்கப்பட்டதெனச் சொல்லப்படுகிறது.

இப்பெயர் தமிழ்நாட்டிலுள்ள ஜமீந்தார்களைக் குறிக்க அடிக்கடிப் பயன்படுத்தப்பட்டு வந்தது. சில சமயங்களில் பழைய அரசர்களின் விருதுகளுடன் இப்பெயர் சேர்க்கப்பட்டிருப்பதைக் கல்வெட்டுகளிலும் நான் கண்டேன்.

மதுரையை ஆண்டவர்களால் பாளையக்காரர்கள் நியமிக்கப்பட்டதன் பலனை நோக்கும் போது கொடுமையும் பேராசையுமுடைய பாளையக்காரனால் நாடு முழுவதையும் ஆட்சி செய்வதென்பது அதிலும் பொதுவாகப் பாளையக்காரர்கள் இருந்த நிலைக்கு அத்தகைய ஆட்சி பயனுடையதாயிருந்ததென்பது சொல்ல இயலாது.

பிரிட்டிஷ் அதிகாரிகளிடம் 1801 இல் இறுதியாகக் கீழ்ப்படியும் வரை இந்த நிலைமையே நீடித்திருந்தது. அவர்களுக்குள் சண்டையில்லாதபோது அவர்களிடமிருந்து மைய அரசுக்கான கப்பத்தைப் படைகளின் உதவியின்றிப் பெறவியலாது. இதனால் மானக்கேடும் மிகுந்த செலவும் ஏற்பட்டன.

மதுரை அரசர்கள் பாளையக்காரர்களை நியமித்ததன் பலனைப் பற்றி மேலே கூறப்பட்ட விவரத்திற்குப் பிறகு இம்முறையால் ஏற்பட்ட தீங்குகளைப் பற்றி விவரமாகத் தம் திருநெல்வேலி மானுவலில் ஸ்டூவர்ட்டு என்பவர் கூறுகிறார்.

இடைக்காலத்தில் ஐரோப்பாவில் ஏற்பட்டிருந்த மானிய முறைக்கும் இந்தக் குறைபாடு செல்லுபடியாகும். இத்தகைய மானியங்களால் நாடு செழிப்புற்றிருந்த காலத்தில் நன்மை ஏற்பட்டது எனலாம். அடிக்கடி அடக்கு முறை அநீதியான ஆட்சி இடையிடையே கலந்திருந்தபோதிலும், அயலவர்களின் படையெடுப்பிலிருந்து நாட்டைக் காப்பாற்றுதல், உள்நாட்டு ஒழுங்கு முன்னேற்றம் இவை ஓரளவிற்கு நிலை நிறுத்தப்பட்டன. இன்றேல், அத்தகைய அமைதியை நிலை நிறுத்தியிருக்க இயலாது என்று அவர் கூறுகிறார்.

எந்தப் பாளையக்காரனைப் பற்றியும் ஒரு நல்ல வார்த்தை கூட இல்லை என்ற செய்தியை ஸ்டூவர்ட்டின் வாக்கிலிருந்து மகிழ்ச்சியுடன் நான் எடுத்துக் கூறுகிறேன். அவர்களுடைய குறைபாடான செயல்களைப் பற்றி அவர் வினவவில்லை. அதற்கு இணையானதொரு வரலாற்று நிலையை எடுத்துக் கூறுகிறார்.

இடைக்காலத்தில் ஐரோப்பாவிலிருந்த மானியப் பிரபுக்களை விடப் பாளையக்காரர்களின் குறைச்செயல்கள் ஒழுங்குடையனவாகவும் துணிவுள்ளனவாகவும் இருந்தன. இவர்களின் தகுதிகள் சரியானவையாய் இல்லை. ஏனெனில், ஐரோப்பாவிலும் சரி, தென்னிந்தியாவிலும் சரி அயல் நாட்டு

எதிரிகளை, மிக்க முயற்சியுடன் எதிர்த்தனர் என்று சொல்லப்படுகின்ற அயலார், உண்மையில் வேற்று நாட்டவரல்லர். அந்தந்த நாடுகளின் அரசுரிமைக்கு உரியவர்களே அவர்கள்.

ஸ்காட்டுலாந்து பீடபூமியிலும் ரைன் நதிக்கரையிலும் இருந்த பாளையக்காரர்கள் திருநெல்வேலிப் பாளையக்காரர்களைப் போல் மத்திய அரசாங்கத்தின் ஆட்சிக்குட்படும் வரை உள்நாட்டு ஒழுங்கும் முன்னேற்றமும் ஒரு சிறிதும் நிலைநிறுத்தப்படவில்லை.

மதுரை நாயக்கர்களின் வரலாற்றிலிருந்து கால்டுவெல் கண்ட திருநெல்வேலியுடன் சம்பந்தப்பட்ட மற்ற நிகழ்ச்சிகள் :

அரிய நாயக்க முதலி நாட்டில் அமைதியை நிலை நாட்டியதும் நாயக்க அரசனாகிய குமார கிருஷ்ணப்பன் (அல்லது கிருஷ்ணம்மா) தானே நாட்டை கைப்பற்றிக் கொண்டு பாளையங்கோட்டைக்குக் கிழக்கே ஒரு நகரத்தை ஏற்படுத்தி, 'கிருஷ்ணபுரம்' என்று தன் நினைவாக அதற்குப் பெயர் வழங்கினான் என்று சொல்லப்படுகிறது. இந்தச் செய்தியை உள்நாட்டுச் சான்றுகள் ஆதரிக்கவில்லை.

இந்தக் கிருஷ்ணாபுரம் கோவில் மயிலேறும் பெருமாள் என்ற முதலியாரால் கட்டப்பட்டதெனத் தோன்றுகிறது. இவன் முதலில் சைவனாய் இருந்து பிறகு கிருஷ்ணனை வழிபட்டு அவன் தாசனாக வைணவ பத்தனாக மாறினான்.

இக்கோவிலின் வேலைபாடுகள் பேரழகுடையவை. கிருஷ்ணப்பாவின் புதிய நகரம் நிறுவிய வேலை வெற்றிகரமாக நடைபெற்றதை அறிந்து மேற்குத் திசையில் அதே போன்ற மற்றொரு நகரமும் ஏற்படுத்தியதாகக் கூறப்படுகிறது. இது கடையம் கிருஷ்ணாபுரம் (கடையத்தருகே இருக்கின்ற கிருஷ்ணாபுரம்) என்று வழங்கப்பட்டது. இது தென்காசிக்கும் பிரம்மதேசத்திற்கும் இடையே அமைந்துள்ளது. கிருஷ்ணப்பன் 1573 இல் இறந்தான்.

'திருமலை நாயக்கரின் ஆட்சிக்காலத்தில் இப்போது இன்னவையென்று கண்டுபிடிக்க இயலாத சில காரணங்களால் திருநெல்வேலி மாவட்டத்திலிருக்கும் எட்டயபுரத்திலுள்ள வலிமைமிக்க பாளையக்காரன் ஒருவன் மற்றப் பாளையக்காரருடன் சதிக் கூட்டத்தில் சேர்ந்து அவன் தலைமையில் அந்த அரசனை எதிர்த்தான்.

இராமநாதபுரப் பாளையக்காரனாகிய சேதுபதி, எல்லாப் பாளையக்காரர்களுக்கும் தலைவன். எனவே இக்கலகக்காரர்களை அடக்கும்படி சேதுபதி அனுப்பப்பட்டான். அவனும் தனக்கிட்ட வேலையை மிக நிறைவாகச் செய்து திரும்பினான். கலகக்காரர்களின் தலைவன் கொல்லப்பட்டான். மற்றவர்கள் கடுமையாகத் தண்டிக்கப்பட்டார்கள்.

சில மாதங்களில் எங்கும் அமைதி நிலவியது. இந்தத் தொண்டுக்காக அந்தச் சேதுபதிக்கு மன்னார் கோவிலுக்கு அருகேயுள்ள ஒரு பெரிய துண்டு நிலம் பரிசாக அளிக்கப்பட்டது. முத்துக்குளித்தலைக் கவனிக்கும் வேலையும் அவனிடம் விடப்பட்டது. முத்துக்

குளித்தல் அரசக் கருவூலத்துக்கு அதிகப்படியானப் பணத்தை வழங்கி வந்தது.

பாம்பன் தீவுக்கு வடக்கே முத்துக்குளித்தலால் வரும் வருமானம் இராமநாதபுரச் சேதுபதியின் உரிமையாகி விட்டது. பரம்பரையாகக் கன்னியாகுமரியின் பெரும்பாகம் வரை நடைபெறும் முத்துக்குளித்தல் வருமானம் முன்னைப் போலவே அரசன் சொத்தாய் இருந்தது. திருச்சிராப்பள்ளியைத் தலைநகராக்கியவுடன் இத்தகைய ஆணையரை நியமிக்க வேண்டுவது மிகவும் இன்றியமையாததாயிற்று.

சேரமாதேவிக்கருகிலுள்ள ஒரு கல்வெட்டில் 17 ஆம் நூற்றாண்டின் ஆரம்பத்தில் வீரராகவ முதலியார் என்ற ஒருவரைக் காரியகர்த்தர் அல்லது வீரப்ப நாயக்கரின் பிரதிநிதி என்று குறிப்பிடப்பட்டிருக்கிறது. திருமலையின் தம்பி குமாரமுத்து என்பவன் பட்டத்திற்கு வர உரிமை கொண்டாடினான்; ஆனால், சில உடன்படிக்கையின் படி தன் உரிமையை விட்டுவிட்டு அதற்குப் பதிலாகச் சிவகாசி மாவட்டத்தையும் திருநெல்வேலி மாவட்டத்திலுள்ள மற்ற எல்லைகளையும் பெற்றுக் கொண்டான்.

1700 இல் எழுதப்பட்ட பிரஞ்சு கிறிஸ்தவப் பாதிரியாரின் கடிதத்தில் சில காலத்திற்கு முன் திருநெல்வேலிக் கரையிலுள்ள ஒரு பெரிய காட்டில் புலிகள் அதிகமாய் வசித்தன. அவற்றின் எண்ணிக்கை மிக அதிகமாய் இருந்ததால், அவை அக்காட்டுக்கருகே வசிக்கும் மக்களை இரவில் எங்கும் வெளியே செல்லவிடாது துன்புறுத்தி வந்தன.

ஒவ்வொரு கிராமத்திலும் காவல் வைக்கப்பட்டது. பெரிய நெருப்பை வளர்த்து அந்த அரக்க விலங்குகளைத் துரத்தினார்கள். பகல் நேரத்திலும் பயணம் செய்பவர்கள் கேடில்லாமலிருக்க இயலாது. பலர் மறைந்து போயினர். அவர்கள் ஐயமறப் புலிகளால் தனியான இடங்களில் கொல்லப்பட்டு வந்தார்கள். மலைப்பிரதேசத்திற்கு அருகில் தவிர மதுரை திருநெல்வேலி மாவட்டங்களில் பல ஆண்டுகள் வரை புலியே இல்லை என்ற செய்தியிருப்பதால் இது குறிப்பிடத்தக்கது.

1700 இல் புலிகள் கடற்கரை ஓரமாக அதிகமாய் வசித்து வந்தன என்பதால், அக்காலத்தில் அப்பகுதியில் மக்கள் மிகக் குறைவாய் இருந்தார்கள் என்பதும், இந்நாளைப்போல் அந்நாளில் ஒழுங்குபடுத்தப்பட்ட வழிகள் இல்லை என்பதும் தெரிகின்றன என்று தென்னிந்தியாவில் பாளையக்காரர்களின் தோற்றம் மற்றும் முக்கிய நிகழ்வுகளை தமது நூலில் கால்டுவெல் விரிவாக ஆராய்ந்து கூறுகிறார்.

வெளிநாட்டில் இருந்து வந்து தமிழைக் கற்ற ஒருவர் மொழியை மட்டும் கற்கவில்லை தமிழகத்தை மிக நுணுக்கமாக ஆராய்ந்து கற்றறிந்தார், தமிழின் மீதும் திராவிடப் பாரம்பரியம் மீதும் அவர் கொண்ட காதலே இவ்வளவு அழகாக வரலாற்றை ஆராய்ந்து பதிவு செய்ய வைத்தது. கால்டுவெல்லின் இந்த வரலாற்றுப் பதிவுகள் இன்று நமக்கு முக்கிய ஆவணங்களாக விளங்குகின்றன.

○○○

19. கால்டுவெல் பார்வையில் இந்திய வரலாறு

இந்திய வரலாற்றை பற்றி கால்டுவெல் பேசும்போது, பழங்காலம் முதல் பிரிட்டிசு ஆட்சி தோன்றிய காலம் வரை பண்டைக்காலம் பற்றிய புறச்சான்றுகள் வரலாற்று மூலங்களின் குறைவாக உள்ளதாகக் கூறுகிறார். இதுகுறித்து கால்டுவெல் மேலும் கூறுவதாவது: இந்தியாவிலுள்ள பல மாவட்டங்களின் பழைய வரலாறு பற்றிய உறுதியான செய்திகள் மிகக் குறைவாகவே உள்ளன. மெய்ப்பொருளியல், காவியம், நீதி, கணிதம், சிற்பம், இசை, நாடகம், சிறப்பாகச் சமய ஆராய்ச்சி அல்லது யோகப் பயிற்சி, மெய்ப்பொருட் சிந்தனைகள், மெய்ப்பொருள் ஆய்வு என்பனவற்றில் இந்தியர்கள் விருப்பமுடையவர்களாயிருந்த போதிலும் வரலாற்றைப் பற்றி அவர்கள் ஒரு சிறிதும் கவலைப்படவில்லை என்பது பேருண்மையாகும். 'ஹிஸ்டரி' என்னும் மேனாட்டுச் சொல்லின் மூலப்பொருள் ஆராய்ச்சி என்பதுதான். ஆனால், இந்துக்கள் (இந்தியர்கள்) ஆராய்ச்சி புரிய ஒருபோதும் அக்கறை காட்டியதாகத் தெரியவில்லை.

இந்திய வீரவரலாற்றுக் காவியங்களில் அல்லது புராணங்களில் 'ஆராய்ச்சி' என்னும் பெயரில் போற்றத்தக்க செய்தி எதுவும் இல்லை. சில காரணங்களால் இந்தியாவிற்குட்பட்ட பகுதிகளில் எழுதப்பட்டு அவற்றின் உரிமையெனப் போற்றப்படும்

வரலாறுகளே இந்தியாவில் தோன்றிய வரலாறுகளாய் இருக்கின்றன. அவை காஷ்மீரின் ராஜதரங்கினி, இலங்கையின் மகாவமிசம் என்பன. உண்மையில் இந்நூல்களில் கவிதைக் கற்பனைகளும், விவரங்கள் பற்றிய நுணுக்கங்களில் தெளிவின்மையும் மிகுதி. ஆயினும், மொத்தத்தில் அவற்றை வரலாற்றுச் சார்புடையவை என்று ஏற்றுக் கொள்ளலாம் என கால்டுவெல் குறிப்பிடுகிறார்.

நாணயங்கள், கல்வெட்டுகள், பிற நாட்டவர்கள் எழுதிவைத்துள்ள புத்தகங்களின் வாசகங்கள் மூலம் மட்டுமே அவைகிடைக்கும் என்பது மறுக்க இயலாத உண்மையாகும் எனக் கூறும் கால்டுவெல், அதற்குச் சான்றாகச் சோழ பாண்டியர்களின் பழைய வரலாறுகளைப் பற்றிய விளக்கத்தைச் சிங்களவரின் மகாவமிசம் தருகிறது. தென் இந்திய வரலாறு பற்றிய சுவையான சில செய்திகட்கு நாம் கிரேக்க வடநாட்டு முகம்மதிய ஐரோப்பிய கிறித்தவ வழிப்போக்கர்கட்கு (பயணிகட்கு) மிகவும் கடமைப்பட்டுள்ளோம் என்று கூறுகிறார். இது குறித்து 1879 ஆம் ஆண்டில் சென்னைப் பல்கலைக்கழகப் பட்டமளிப்பு விழாவில் கால்டுவெல் நிகழ்த்திய சொற்பொழிவின் ஒரு பகுதியை பார்ப்போம் :

வரலாற்றுக் கல்வி, பழைய இலக்கிய ஆராய்ச்சி, நாட்டின் கல்வெட்டு ஆராய்ச்சி ஆகிய இவை கற்றறிந்த உள்நாட்டாரால் ஒழுங்கான முறையில் மேற்கொள்ளப்பட்டாலன்றி, ஒரு போதும் முழுமையை அடைய இயலாது. தேசியப் பெருஞ் சிறப்பு வாய்ந்த முடிவுகளைக் காண்பது என்பதும் இயலாது. பிழையற்ற

வகையில் வரலாற்றைக் காணும் ஊக்கம் படைத்த, ஐரோப்பிய முறையில் பயிற்சி பெற்ற கற்றறிந்த கல்கத்தா, பம்பாய் மக்களுட் சிலர், ஏற்கெனவே இவ்வகை ஆராய்ச்சித் துறையில் பயனளிக்கத் தக்கபடி ஈடுபட்டுள்ளனர். தென்னாட்டு அறிஞர்களும் இந்த அறிவாராய்ச்சிப் பந்தயத்தில் பின்னடையக் கூடாது என்ற உறுதியை மேற்கொள்வார்கள் என்று நம்புகிறேன்.

இதுவரை தெரியாமலும் கருதாமலும் விடப்பட்ட கல்வெட்டுகளைத் தேடுதல் வேண்டும். அவற்றுள் பெரும்பாலானவை ஒவ்வொரு கிராமத்தின் கோயில்களின் உட்புறச் சுவர்களிலும் காணப்படும். அவற்றைக் கவனித்து அறிதல் மூலமாகக் கற்றறிந்த பகுதிவாழ் மக்கள் தங்கள் நாட்டின் வரலாற்று ஆராய்ச்சிக்குச் சிறந்த தொண்டு புரியலாம். கல்வெட்டுக்களிலிருந்தும் நாணயங்களிலிருந்தும் உருவாகும் பழைய இந்திய வரலாறே சிறப்புடையது. புகழ்பெற்ற கற்பனைக் கதைகள், காவியக் கட்டுக் கதைகள் முதலியவை எந்தப் பெயரால் போற்றப்பட்டபோதிலும் அவை புறக்கணிக்கப்பட வேண்டும். இதனால், இழப்பு ஏற்படாதது மட்டுமின்றி, மிக்க நன்மையும் விளையும். நம்பிக்கை அற்ற வழிகாட்டியைவிடச் சொந்த அறிவே மிகச் சிறந்தது. ஏற்கெனவே கல்வெட்டுக்களை ஐரோப்பியர்கள் தேடி அவற்றிற்கு விளக்கம் தரும் முறையில் சிறிது வேலை செய்திருக்கின்றனர். இவை கல்கத்தா, பம்பாய் முதலிய இடங்களைவிடச் சென்னையில் மிகக் குறைவான முறையில் செய்யப்பட்டுள்ளன. ஆனால் ஐரோப்பியர்

சிலர் எவ்வாறு தம்மையே அதற்காகக் காணிக்கையாக்கி ஊக்கத்துடன் இத்துறையில் உழைக்கின்றார்களோ, அவ்வாறே கற்றறிந்த உள்நாட்டவரும் உழைக்க முற்படின், அவர்கள் செய்ய வேண்டுபவை பல இருக்கின்றன; என்றும் இருந்து கொண்டு இருக்கும். இந்தியாவில் வசித்து வரும் ஐரோப்பியர்களுக்கு இல்லாத பல வசதிகள் உள்நாட்டாருக்கு இருக்கின்றன. சூரிய வெப்பத்திற்கு அவர்கள் அஞ்ச வேண்டுவதில்லை. எந்த இடத்தில் பழமையானதைக் கண்டாலும், எவ்வித இடையூறுமின்றிப் பயணத்தின் போது தங்கி ஆராய்வதற்கு வசதி உண்டு. மேலும், ஐரோப்பியர்கள் கோவில்களின் வெளிச்சுவரில் உள்ள கல்வெட்டுக்களை ஆராய்வதோடு மட்டும் மனநிறைவு அடைய வேண்டியது தான். ஆனால், உள்நாட்டார் கோவில்களின் உட்புறச் சுவர்களிலுள்ளவற்றையும் ஆராயலாம். மதிப்புள்ள உள்நாட்டுக் குடும்பத்தினர் பலர் தம்மிடமிருக்கும் செப்பேடுகளை ஐரோப்பியர்களுக்கு ஆராய்ச்சிக்காகக் கொடுக்க மறுக்கிறார்கள். ஆனால், உள்நாட்டார் எளிதில் இச் செப்பேடுகளை ஆராய இயலும், இம்மாநிலத்தின் தமிழ் மாவட்டங்களிலுள்ள கற்றறிந்த தமிழர் ஒவ்வொருவருக்கும் புதைபொருள் ஆராய்ச்சித் துறையில் எளிமையான ஆனால் இன்றியமையாத வேலை இருக்கிறது. எனவே, காலங்கடக்கு முன் ஒவ்வொருவரும் பொதுவாக இழந்துவிட்டதாகக் கருதப்படும் மாநிலத் தாய் மொழியிலுள்ள பல புத்தகங்களைத் தேடிக் கண்டுபிடிக்க வேண்டும். பழங்காலத் தமிழ்ப் புத்தகங்களின் பெயர்கள் மட்டுமே நிலைத்து நிற்கின்றன. அதற்கு முன்பு பல

புத்தகங்கள் எழுதப்பட்டிருக்க வேண்டும்; ஆனால், அவற்றின், பெயர்கள் கூட மறைந்துவிட்டன. தமிழ் இலக்கியத்திற்கு இளமைப் பருவமே இல்லாதது போலத் தோன்றுகிறது; கிரேக்கர்களின் கல்வித் தேவதையாகிய மினர்வா ஜூப்பிடரின் தலையினின்றும் முழு வளர்ச்சியுடனும், போர்க்கோலத்துடனும் புறப்பட்டது போன்றிருக்கிறது. இதற்குக் காரணம், மொழியின் இளமைப்பருவத்தைக் காட்டும் ஒவ்வொரு நூலும் அழிந்து போய்விட்டதே என்பது தெரிகிறது. கற்றறிந்த உள்நாட்டார் மடங்களிலும் வீடுகளிலும் கருத்துடன் தேடினால், அம்முயற்சிக்குச் சிறந்த பரிசாக மதிப்புள்ள சில உண்மைகள் கண்டுபிடிக்கப்படலாம்.

திருநெல்வேலி வரலாற்றில் பழங்கால வரலாற்றைக் கருதும் போது ஏற்படும் தொல்லை இந்த மாவட்டம் தனியாக இராமையே. இது பாண்டிய நாட்டின் தென் பகுதியாகவே அமைந்திருந்தது. இம்மாவட்டம், சோழர்கள், ஆதி முகம்மதியர்கள், நாயக்கர்கள் முதலியவர்களின் ஆட்சியின் கீழும் பாண்டியர் ஆட்சியிலிருந்தது போலவே இருந்தது.

ஏறக்குறைய கி.பி. 1744 இல் ஆர்க்காட்டு நவாபுவின் ஆட்சியின் கீழிருந்த நாடுகளுடன் மதுரை நாடும் அதைச் சார்ந்த மாவட்டங்களின் பகுதிகளும் சேர்க்கப்பட்டன. அதன்பின்பே திருநெல்வேலி மாவட்டம் முதற்கண் வரியீட்டுச் செயல்களுக்காக மட்டும் மதுரையினின்றும் வேறான தனி மாவட்டமாகக் கருதப்பட்டது. மதுரையினின்றும் வேறுபட்ட திருநெல்வேலி மாவட்டத்திற்கு இலக்கியத் தமிழில் தென்பாண்டி பாண்டி நாட்டின் தெற்குப் பகுதி

எனப் பொருள்படும் பெயர் இருந்தது. ஆனால், இது கொடுந்தமிழ் பேசப்பட்டு வந்த தமிழ் நாட்டைச் சேர்ந்த பன்னிருநாடுகளுள்ளும் ஒன்றைக் குறிக்கிறது. எனவே, தாமிரபரணி ஆற்றின் தெற்கே பரவியுள்ள திருநெல்வேலி மாவட்டம் முழுவதையும் இது குறிக்கின்றது என்று சொல்லவியலாது. திருநெல்வேலியின் தென்மேற்கிலும் கன்னியாகுமரியின் வட மேற்கிலும் பரவியிருக்கும் தமிழ்ப் பகுதியாகிய தென் திருவாங்கூர் நாடாகிய நாஞ் சில் நாட்டை இது குறிப்பதாகச் சிலர் கருதுகின்றனர். திருநெல்வேலி முழுவதும் தமிழே பேசப்பட்டு வந்தது. தமிழ் பேசப்பட்டு வந்த நிலப்பகுதியின் தென் எல்லையாகக் கன்னியாகுமரி தமிழ் இலக்கியங்களில் குறிப்பிடப்படுகிறது. மேலும், தெற்கே கடலானதால், தமிழ்நில எல்லை இன்னும் தெற்கே அதிகமாகப் பரவியிருக்க இயலாது. ஆனால், நாஞ்சில் நாட்டின் கல்வெட்டுகளிலிருந்து நான் அறிந்த வரையில் தமிழே இங்குப் பேசப்பட்டு வந்தது.

திருநெல்வேலிப் பழங்குடி மக்களைப் பற்றி இதுவரை ஒன்றும் தெரியவில்லை. அவர்கள் யாராயிருந்தபோதிலும் ஆரியர்களாக மட்டும் இருந்திருக்க முடியாது. மலையாளத்தில் தலையரசர்கள் (மலை ராஜாக்கள்) என்றும், தமிழில் காணிக்காரர்கள் (பரம்பரையான நில உரிமையாளர்கள்) என்றும் வழங்கப்படும் மலைவாசிகள் நீலகிரி மலையிலுள்ள தோடர்களைப் போன்று சமவெளிப் பகுதியின் பழங்குடி மக்கள் வழிவந்தவர்களல்ல. ஆனால், அவர்கள் பழனி மலையிலுள்ள மலைவகுப்பினரைப் போன்று பின்னாள்களில் தமிழராக்கப்பட்ட தாழ்ந்த

சமவெளிப்பகுதி மக்களின் வழியினரென்பது தெரிகிறது. அவர்கள் பகைவர்களால் மலைப்பகுதிக்குத் துரத்தப்பட்டிருக்க வேண்டும்; அல்லது உரிமையாகவே அப்பகுதியிலிருந்து குடியேறியிருக்க வேண்டும். மேலும், பழங்குடிகள் புதியவர்களாய்க் குடியேறியவர்களுடன் இரண்டறக் கலந்துவிட்டமையால், இப்பொழுது அவர்களைப் பிரித்துக் காண்பது அரிதாயுள்ளது. ஓரளவு இப்பொழுது பழங்குடிகளின் சிறந்த பிரதிநிதிகளாகக் கருதப்படக் கூடியவர்கள் நெடுங்காலம் வருத்தப்பட்டுவரும் சமுதாய நிலையில் மிகத் தாழ்த்தப்பட்டவர்களாகிய பறையர்களும் பள்ளர்களும் ஆவார்கள். பிற நாட்டின் பல பகுதிகளிலிருந்து குடியேறிய சாதியினரைப் பற்றிய போற்றத்தக்க பெருமை வாய்ந்த செவிவழி வந்த கதைகளையும் நாம் அவ்வப்போது கேட்கலாம். சான்றாக, பிராமணர்கள் வடக்கிலிருந்து வந்தவர்கள் என்ற செய்தியில் சிறிதும் ஐயமில்லை. நாயக்கர்களும், மற்ற தெலுங்கு சாதியினர்களும் வடக்கிலிருந்து வந்தவர்களே என்பதிலும் ஐயமில்லை. பொதுவாக வேளாளர்கள் சோழநாட்டிலிருந்தும் மறவர்கள் இராமநாதபுரத்திலிருந்தும், சாணார்கள் (சான்றோர்கள் ந.ச.) இலங்கையிலிருந்தும் வந்தவர்கள் என்பது கருதப்படுகிறது. இத்தகைய கதைகள் மக்கள் இனநூலுக்குரிய உண்மைச் செய்திகளல்ல என்பது உண்மை. ஆனால், பள்ளர்களும் பறையர்களும் நாட்டிற்குள் குடிவந்தவர்கள் என்ற செவிவழிக் கதை எக்காலத்திலும் இல்லை என்பது குறிப்பிடத்தக்க உண்மையாகும்.

இவ்வாறு செவிவழிக் கதைகள் இச்செய்தியைப் பற்றி ஒன்றும் கூறாது விட்டுவிடுவதால், நாம் இப்போது காணும் பல்வேறு சாதியினரையும் கூட்டத்தினரையும் குறிக்கும் குடியேற்ற மக்களின் கூட்டங்கள் வருவதற்கு முன்பே அந்த மாவட்டங்களில் பள்ளர்களும் பறையர்களும் இருந்தார்களென ஊகிக்கலாம். குடியேறிய கூட்டத்தினரின் பழைமையைப் போன்றே இப்போது அவர்களுக்கு வழங்கிவரும் பெயர்களும் பழைமையுடையனவாய் இருக்க வேண்டிய அவசியமில்லை. 'பறையர்கள்' என்பது 'பறையடிப்பவர்கள்' என்று பொருள்படும். பள்ளமான நிலத்தில் வேலை செய்து கொண்டிருந்த மக்களைப் 'பள்ளர்' என்று குறிப்பிட்டமை தெரிகிறது. இந்த இரு பெயர்களும் ஒருவாறு வளர்ந்த சமுதாயத்தோடு அவர்களைத் தொடர்புபடுத்துகின்றன. அவர்கள் உண்மையில் பழைமையான சாதியினராய் இருப்பின், வேடர்கள் என்று சாதாரணமாக வழங்கப்படும் கொடிய சாதியினரைப் போலவே வேட்டையாடியும், புன்செய்ப் பயிர்களைப் பயிர் செய்தும் மாவட்டங்களில் குடியேறியிருக்க வேண்டும். மக்கள் இன நூலின்படி உழுது பயிர் செய்யும் தொழிலே வேளாளர்களின் சிறந்த தொழிலாய் இருந்தது. 'வேளாளர்' என்பதன் பகுதியாகிய வேள்' என்பது, நீர்ப்பாசனத்திற்குப் பயன்படும் தண்ணீர் என்ற பொருளில் வரும் வெள்ளம் என்ற சொல்லின் பகுதியாகிய வெள் என்பதோடு பொருந்தி இருக்கிறது. எனக்கு இப்போது தெரிந்தவரை திருநெல்வேலியின் பழங்குடி மக்களைப் பற்றிய மிகுதியான குறிப்புகள் சேரமாதேவி, புதுக்குடி

என்ற இடங்களுக்கருகில் கண்டெடுக்கப்பட்ட சூல (மூவிலைவேல் ந.ச.) ஆயுதங்களேயாகும். டாக்டர் ஜாகோர் (Dr. Jagor) என்பவரால் அவை பெர்லினுக்கு எடுத்துச் செல்லப்பட்டன. அவ்வாயுதங்களின் பக்கங்களும் வடிவங்களும் சமன் செய்யப்பட்டிருந்ததால் இவை நாகரிகத்தின் சிறு முன்னேற்றத்தைக் குறித்தன. இவை நவீனக் கற்காலத்திற்குப் பொருத்தமானவாய் உள்ளன. திருநெல்வேலியில் ஏறக்குறைய எல்லா இடங்களிலிருந்தும் கிடைக்கும் முதுமக்கள் தாழியின் மதிப்பும் மறையும் (இரகசியமும்) எவையாயினும், அவை பழங்காலத்தின் நினைவுச்சின்னங்கள் என என்னால் மதிப்பிட இயலவில்லை. மட்பாண்ட வேலையின் உயர்வையும் சிலபோது அம்மட் பாண்டங்களிலிருந்து கிடைக்கும் செப்பு நகைகள் முதலியவைகளையும் பார்க்கும்போது அம்மட் பாண்டங்களில் இறந்தவர்களைப் புதைத்து வந்த மக்கள் யாராயிருந்த போதிலும் எவ்வளவு காலத்திற்கு முந்தி வாழ்ந்தவர்களாயிருந்த போதிலும் நாகரிகமடைந்த பிரிவினராயிருந்தார்கள் என்பது உறுதியாகிறது.

முதுமக்கள் தாழிகள்

மேலே குறிப்பிட்ட கல் கருவிகளைப் போன்ற பழங்கால நினைவுக்குறிகள் இன்னும் நிலைத்திருந்தால், அவை தாமிரபரணி நதிக்கரையிலே இருந்திருக்க முடியாதென நான் கருதுகிறேன். ஏனெனில், ஆரம்பத்திலேயே அப்பகுதி அடிக்கடி தண்ணீர் தேங்கியும், சகதியாகவுமிருந்ததால் மக்கள் அதைத் தங்கள் இருப்பிடமாக்கிக் கொண்டிருக்க இயலாது; ஆனால் நதியின் பழங்காலத்துக்

கரையாய் அமைந்திருக்கும் சமவெளிப் பகுதியின் இருமருங்கிலுமுள்ள மணற்பகுதியில் வாழ்ந்திருக்கலாம். இப்பகுதி போன்றிருக்கும் புதுக்குடிக்கருகிலுள்ள ஆதித்தநல்லூரில் அதிகப்படியான முதுமக்கள் தாழிகள் முதலியன கிடைக்கின்றன. மனிதன் அந்த மாவட்டங்களில் தோன்றுவதற்கு முன்பே நிலமானது சிறுகச் சிறுக ஆனால் உறுதியாகக் கடல் மட்டத்திற்கு மேல் உயர்ந்து கொண்டே வந்திருக்க வேண்டும் என்று நான் நம்புவதால், கடலுக்கு அருகே பழங்கால நினைவுக்குறிகள் எதுவும் கிடைக்கும் என்று எதிர்பார்க்கவில்லை. வரலாற்றுக் காலமெல்லாம் பூமியின் உயர்ச்சி அதிகமாகிக் கொண்டே வந்திருக்கிறது என்பது மெய்ப்பிக்க இயல்வது. நகரமும் பழைமையான துறைமுகமுமாகிய குலசேகரப் பட்டினத்திற்கருகே கடற்கரை ஓரத்தில் கடற்கிளிஞ் சில் இனம் நிறைந்து உண்டாக்கப்பட்ட மணற்கற்களில் உடைந்து போன மட்பாண்டத் துண்டங்கள் புதைந்து கிடப்பதைக் காணலாம். கடற்கரையிலிருந்து சுமார் ஒரு மைல் தொலைவிலிருந்து கிடைத்த மட்பாண்ட மாதிரிக்கல் ஒன்று என்னிடமிருக்கிறது. இக்காலத்தில் பயன்பாட்டிலிருக்கும் மட்பாண்டங்களைப் போன்றே இருக்கும் மாதிரிக்கல் அம்மட்பாண்டத்தின் அளவிறந்த பழைமையைக் குறிக்காமல், அண்மையில் தோன்றிய மணற்கல்லின் சில பகுதிகளின் தோற்றத்தையே குறிக்கின்றது.

தாமிரபரணி ஆறு

திருநெல்வேலியின் உயர்ந்த நாகரிகம் பிறந்த வரலாறு எழுதப்படின் அதில் திருநெல்வேலியின்

பெரிய ஆறாகிய தாமிரபரணி மிகச்சிறந்த மதிப்பான இடம் பெறும் என்பதில் எனக்கு ஐயமில்லை. நாகரிகமற்ற கறுத்த ஆதிக்குடிமக்களைவிட வடக்கே இருந்த உயர்ந்த சாதி மக்களைக் குடும்பம் குடும்பமாக அவ்வாற்றின் கரைகளிலே குடியேற வைத்தது இவ்வாறு தந்த வளத்தால் விளைந்த நெல்லேயாகும்.

மற்ற இந்திய ஆறுகளைப் போலல்லாமல் இந்த ஆறு காவிரியாற்றைப் போன்று தென்மேற்கு, வடகிழக்குப் பருவக்காற்று மழையால் ஆண்டிற்கு இரு முறை தண்ணீர் கரைபுரண்டோடி முழுவெள்ளத்துடன் காட்சியளிக்கும். அது சிறிய செழிப்பு வாய்ந்த வண்டல் மண் சமவெளியில் பாய்ந்து ஓடுகிறது.

இப்பகுதி இயற்கை ஆற்றல்கள் இப்போதிருந்ததைவிட வலிவுள்ளனவாய் இருந்த காலத்தில் (இயற்கை வளத்தின் நிலையையும் காலக்கண் கொண்டு ஒப்பீடு செய்யும் கால்டுவெல்லாரின் உணர்வை என்னென்று போற்றுவது ந.ச.) இவ்வாற்றாலேயே ஏற்பட்டுப் பிற்காலத்தில் வண்டல் மண் படிந்த பகுதியாகியது. அது வேகமற்றுத் தடைப்படாத ஆறாய்க் கடலை நோக்கி ஒரு படுகை வழியாக மெல்ல ஓடுகிறது.

இப்படுகை ஆண்டாண்டு தோறும் மிகமிக ஆழமான பள்ளத்தாக்காகி வேளாண்மைக்குதவாத பகுதியாவதற்குப் பதிலாக, ஆண்டாண்டு தோறும் சிறிது சிறிதாக வண்டல் மண் படிய ஆரம்பித்தது. அதனால், நாளடைவில் அவ்வாறு பாயும் கீழ்ப்பாதிப் பகுதியில் பாளையங்கோட்டைக்கும் கடலுக்கும் இடையே செயற்கைக் கரைகள் கட்டி, அவை வழியாக

அவ்வாறு ஒடும்படிச் செய்ய வேண்டியதாயிற்று. எனவே, ஆரம்பத்திலேயே இல்லாவிட்டாலும் அந்த மாவட்டங்களில் மனித நடமாட்டம் ஏற்பட்டு அவர்களும் ஒழுங்காக வேளாண்மை செய்து, நீர்ப்பாசன வசதியால் நெற்பயிரிட ஆரம்பித்தது முதற்கொண்டு இத்தகைய ஆறு குடியேற்ற மக்களின் கருத்தைக் கவர்வதாயிற்று என்று கால்டுவெல் குறிப்பிடுகிறார்.

○○○

20. தாமிரபரணி அணைக்கட்டுகள்

இந்தியாவில் பிரிட்டிஷ் அரசாட்சி தோன்றும் வரை மக்களின் உயர்வுக்காக எந்தவிதமான கடின முயற்சியும் எடுக்கப்படவில்லை என்று கூறும் கால்டுவெல் உழவுத் தொழில் ஒன்றுதான் அந்நாளைய பொது வேலையாய் இருந்தது. இத்துறையிலும் மக்கள் அதிக முயற்சி எடுத்து வெற்றி கண்டனரே அன்றி நாடாளும் மன்னர் எவ்விதப் பொறுப்பும் ஏற்றுக் கொள்ளவில்லை. முக்கிய ஆறுகளில் அணைகள் கட்டப்பட்டன. முக்கியமாகத் தாமிரபரணியில் ஓர் அணை கட்டப்பட்டது. நாடு முழுவதும் நீர் நிலைகள் நிறைந்திருந்தன என்பதை ஆய்வு செய்து விளக்குகிறார். அவற்றை பார்ப்போம்.

தாமிரபரணி அணைக்கட்டு

தாமிரபரணியில் எட்டு அணைக்கட்டுகள் உள்ளன. அணைக்கட்டு என்ற தமிழ்ச் சொல்லில் 'அணை' என்பது நீர்த்தேக்கம் என்றும், 'கட்டு' என்பது கட்டப்பட்டது என்றும் பொருள்படும். (அணைக்கட்டு என்ற சொல் ஆங்கில மொழியில் அப்படியே கடன் சொல்லாக ஏறிவிட்டதால் இந்த விளக்கம் தருகிறார் கால்டுவெல்). அவற்றுள் ஏழு, ஆங்கிலேயர்கள் திருநெல்வேலிக்கு வருவதற்கு முன்னரே கட்டப்பட்டவை.

அவற்றுள் மிக உயர்ந்ததை அணைக்கட்டு என்பதை விட நீர்த்தேக்கம் என்றே சொல்லலாம். இதை

உள்நாட்டு மக்கள் 'தலை அணை' அதாவது முதல் அணைக்கட்டு என்று வழங்கி வந்தார்கள். தாமிரபரணி பாபநாசம் அருவியிலிருந்து விழுந்து குறுகலான மலையிடுக்கு வழியே செல்கிறது. அம் மலையிடுக்குப் பாதை பெரிய கூழாங்கற்களாலும் பெரிய சங்கிலிக் கற்பாறைகளாலும் தடுக்கப்பட்டிருக்கிறது. மலைகளில் துவாரங்கள் செய்யப்பட்டு அவைகளில் கம்பங்கள் செருகப்பட்டிருக்கின்றன. அவை பெரும்பாலும் பனை மரங்களே.

இந்தக் குறுக்குக் கம்பங்களின் அருகே சிறுசிறு காடுகள் உண்டாக்கப்பட்டன. இவ்வாறு தண்ணீர் இரு கரைகளிலுமிருந்தும் கால்வாய்களுக்குப் பாய்ச்சப்பட்டன.

அணைக்கட்டுகளிலேயே மிக்க பழமைவாய்ந்தது என்று சொல்லப்படுவது நதியுண்ணி அணைக்கட்டாகும். இது அம்பாசமுத்திரத்திலிருந்து ஒன்றரை மைல் தூரத்தில் உள்ளது. இது பெரிய சிமெண்டு பூசப்படாத கற்களால் கட்டப்பட்டுள்ளது. 'நதியுண்ணி' என்பது 'நதியைக் குடிப்பது' என்று பொருள்படும்.

இந்த அணைக்கட்டைச் சேர்ந்த கல்வெட்டு ஒன்று ஆற்றுப் படுகையில் இப்பொழுது இருக்கிறது. அதில் இவ்வணைக்கட்டு மிகவும் அண்மைக் காலத்திலேதான் கட்டப்பட்டது என்பது தெரிகிறது.

கல்வெட்டுக் கூறுவதாவது: 'நதியுண்ணி அணை கொல்லம் ஆண்டு சாலிவாகன ஆண்டிற்குச் சமமான கி.பி.1759 இல் கான்சாகிபுவின் அறக்கொடையாகக் கட்டப்பட்டது. கான்சாகிபு என்பவன் புகழ்பெற்ற

மகம்மது யூசுப்கான் ஆவான். அக்காலத்தில் அவன் ஆட்சிப் பீடத்திலிருந்தான். அவனைப் பற்றிப் பின்னர் நாம் தெரிந்து கொள்ள வேண்டிய செய்திகள் உள்ளன. இவ்வணைக்கு அருகேயுள்ள சில உள்ளூர் வாழ்நர் அந்த அணைக்கட்டு முதலில் பழைய பாண்டிய அரசர்களால் கட்டப்பட்டது என்றும் பின்னர்க் கான்சாகிபு அதைச் செப்பனிட்டுப் பலப்படுத்தினானென்றும் கூறுகிறார்கள்.

மிக்க புகழ்வாய்ந்த அணைக்கட்டு ஆங்கிலேயர்களால் கனடியன் அணைக்கட்டு என்று வழங்கப்பட்ட அணைக்கட்டாகும். இதன் பொருள் கன்னட இனத்தவன் ஒருவனால் கட்டப்பட்டது என்பது. இது அம்பாசமுத்திரத்திற்கு எதிரில் இருக்கிறது.

அந்தக் கன்னடியன் சம்பந்தப்பட்ட இக்காலக் கதைகள் பல உள்ளன. அந்தக் கன்னடியன் உள்ளூர்த் தேவதையின் அருளால் மிக்க செல்வம் பெற்றான் என்றும், அத்தேவதை அவனுடைய செல்வத்தை ஓர் அணைக்கட்டுக் கட்டுவதில் செலவிடும்படி கட்டளையிட்டதாகவும் அக்கதைகளுள் ஒன்று கூறுகிறது.

எல்லா அணைக்கட்டுகளும் ஒருவனாலே கட்டப்பட்டன என்று மற்றொரு கதை கூறுகிறது. ஒரு பசு வழிகாட்டியாக அனுப்பப்பட்டதென்றும் அப்பசு எங்கெல்லாம் படுத்து எழுந்ததோ அங்கெல்லாம் ஒவ்வொரு அணைக்கட்டுக் கட்டப்பட்டதென்றும் கூறப்படுகிறது.

அந்தப் பசு அம்பாசமுத்திரத்திற்கும் கடலுக்கும் இடையே ஆறு இடங்களில் படுத்தெழுந்ததாகவும்

அதன்படி தெய்வக் கட்டளையால் பெற்ற நிதியிலிருந்து அந்தக் கன்னடியன் ஆறு அணைக்கட்டுகளைக் கட்டினான்.

கன்னடியன் அணைக்கட்டு என்ற பெயருடைய அந்த அணைமட்டும் கன்னடியனொருவனால் கட்டப்பட்டதென்பதும், அவ்வணையிலிருந்து செல்லும் கால்வாய்களின் போக்கைக் காட்டுவதற்காகவே அப்பசு அனுப்பப்பட்டதென்பதும் கதையின் வேறொரு பாகத்தால் விளங்குகின்றன.

அப்பசு எங்கெங்குச் சென்றதோ அங்கங்கெல்லாம் கால்வாய் வெட்டப்பட்டது. எங்கெங்கு அது படுத்ததோ, அங்கெல்லாம் நீர்த்தேக்கங்கள் கட்டப்பட்டன. உண்மை போன்ற இக்கதைகளினின்றும் அறியப்படுகின்ற ஒரே ஒரு குறிப்பான செய்தி அந்தக் கன்னடியன் பொதுநல எண்ணமுள்ளவன் என்பதே. அநேகமாய் இவன் மதுரை அரசின் பிரதிநிதியாய் இருக்க வேண்டுமென்பதும் இப்போதைக்கு அறியக் கிடக்கிறது.

இவ்வணைக்கட்டுக் கட்டப்பட்ட காலம் தெரியவில்லை. ஆனால், அதன் காலம் பதினான்காம் நூற்றாண்டின் தொடக்கத்திலிருந்து 16 ஆம் நூற்றாண்டு இறுதிக்குள் எந்தக் காலமாகவேனும் இருக்கலாம் என்று கூறலாம். கால்வாய்க்கு அருகேயுள்ள சிறு கோவிலில் ஒரு கல்வெட்டு உள்ளது. அதில் 17 ஆம் நூற்றாண்டின் ஆரம்பகாலம் குறிக்கப்பட்டுள்ளது.

அணைக்கட்டு அருகேயே ஒரு சிறு கோவில் உள்ளது. அங்கு ஜூன் மாதம் ஐந்தாம் தேதி உள்ளூர்த் தேவதைக்கு ஆண்டு தோறும் பலிகள்

கொடுக்கப்பட்டன. அன்றைய தினத்தில் கால்வாயில் தண்ணீர் செல்ல நீர்க்கால்கள் பல ஆடம்பரங்களுடன் திறக்கப்படும். அதே கன்னடியனால் சேரன்மா தேவியில் ஒரு சத்திரம் கட்டப்பட்டுள்ளதென்பது சொல்லப்படுகிறது.

சங்குண்ணி மேனன் எழுதியுள்ள திருவாங்கூர் சரித்திரத்தில் மற்றொரு கதை குறிக்கப்பட்டுள்ளது.

குண்ணாடியர் என்று சாதாரணமாக வழங்கப்படும் தெலுங்குப் பார்ப்பனர் ஒருவர் வேலூர் மகாராஜா பிரதா பருத்திரனிடமிருந்து நன்கொடையாக அதிகமான தங்க நாணயங்களைப் பெற்றார் என்றும், அந்தப் பார்ப்பனர் திருவடி தேசத்தில் (திருவாங்கூர்) உள்ள ஒரு மலையில் வசித்து வந்த அகஸ்திய முனிவரின் அறிவுரையால் தாமிரபரணி ஆற்றின் குறுக்கே ஓர் அணைக்கட்டுக் கட்டியதாகவும் அதிலிருந்து வேளாண்மைக்காகக் கால்வாய்கள் சுமார் இருபத்தொரு மைல் நீளத்திற்கு வெட்டியதாகவும், மிஞ்சிய பணத்தில் சேரன்மாதேவியில் குறிப்பிட்ட எண்ணிக்கையுள்ள பார்ப்பனர்களுக்கு நாள்தோறும் சாப்பாடு போடுவதற்காக ஒரு சத்திரம் கட்டினான் என்றும் இச்செப்புச் சாசனத்தை வைத்திருந்தவரை, அச்சத்திரத்திற்கு நிலையான மேற்பார்வையாளராக நியமித்ததாகவும் கூறுகிறது.

இக்குறிப்பிட்ட செப்புச் சாசனம் நாராயணப்பய்யா என்பவரால் எழுதப்பெற்றது. இவர் குண்ணாடியர் குடும்பத்தைச் சேர்ந்தவர்; பார்ப்பன பரத்வாஜ கோத்திரத்தைச் சேர்ந்தவர்; ரிக்வேத உபாசகர்.

இவர் வேலூரை ஆண்டுவந்த மகாராஜா கஜபதி பிரதாபருத்ர ராயரிடமிருந்து கலாபுருஷதனம் என்ற நன்கொடையைப் பெற்றார்.

அவ்வாறு பெற்ற இவர் தர்மம் செய்யத் தீர்மானித்துப் பணத்துடன் திருப்பதியை அடைந்தார். அங்கு வேங்கடாசல சுவாமியை வேண்டி அத்தெய்வத்தின் அருள் பெற்றார். அக்கடவுளின் ஆணைப்படி தென்னாடாகிய திருவடி தேசத்தைச் (திருவாங்கூர்) செப்பனிட்டார். இத்தேசத்திலுள்ள மலபாசல மலையில் அகஸ்திய முனிவரைச் சந்தித்தார். அவர் உத்தரவுப்படி பார்ப்பனர்களின் நலனுக்காக விவசாய வாய்க்காலை வெட்டினார்.

எஞ்சிய பணத்தில் பார்ப்பனர்களின் தினசரி உணவிற்காக ஒரு சத்திரம் கட்டத் தீர்மானித்தார். அதன்படி, தாமிரபரணியின் தென்கரையில், சேரன்மாதேவிக்கு மேற்குப் பக்கத்தில் உள்ள அழகிரியப்பசாமி கோவிலுக்கருகே ஒரு கட்டடம் கட்டினார்.

கோபாலப்பிள்ளையின் தந்தையாராகிய நாராயணப்பிள்ளை பார்ப்பனர்! ஸ்ரீவத்ச கோத்ரம். யஜூர் வேத உபாசகர். சேரன் பெருமாள் ராஜாவினால் கட்டப்பட்ட பழைய கிராமம் அல்லது பார்ப்பன கிராமத்தில் வசித்து வந்தார். அவர் இந்தச் சத்திரத்தை மேற்பார்வை செய்யும் பொருட்டு இச்சாசனத்தின் மூலம் நிரந்தர மானியதாராக நியமிக்கப்பட்டார்.

இது சிரவண நட்சத்திரம், பஞ்சமி ஆஷாட மாதம், சௌமியநாம ஆண்டு *(கலி 3342)* கி.பி. *242* அன்று

பதிவு செய்யப்பட்டது. இச்சத்திரத்தின் நிருவாகத்திற்காக 2587 கலியுகராமன் மதுரை வெள்ளைப் பணங்கள் (இந்நாணயம் இன்றும் திருவாங்கூர் நோட்டாய் இருக்கிறது) பெறுமான நிலங்களும் துண்டுநிலம் ஒன்று, 135 பணங்கள் பெறுமான ஒன்பது துண்டு நிலங்களும் மானியமாக எழுதப்பட்டுள்ளன. அன்றியும், தினப்படிச் செலவிற்கான கட்டணங்களும் குறிக்கப்பட்டிருக்கின்றன. மேற்பார்வையாளர் நாராயணப்பிள்ளைக்குச் சம்பளமாக ஒரு குறிப்பிட்ட தொகையும் எழுதப்பட்டுள்ளது

இந்தச் சத்திரத்தின் பயன்பாட்டிற்காகத் திருவாங்கூரிலிருந்து மிளகு அனுப்பப்பட்டு வந்தது. மிளகு திருவாங்கூரின் விளைபொருள். அதை அரசனுடைய அனுமதியின்றி வாங்க இயலாது. எனவே, அது இலவசமாகக் கொடுக்கப்பட்டு வந்தது. 970 எம் . இ. ஆண்டில் (கி.பி.1795 இல்) கிழராமராஜா இறப்பதற்கு மூன்று ஆண்டுகட்கு முன்பு அதற்குப் பதிலாக 180 கலிப்பணங்கள் சத்திரத்திற்குச் செலுத்தப்பட வேண்டுமென்று ஆணையிட்டான். இன்றும் அப்பணம் செலுத்தப்பட்டு வருகிறது.

அணைக்கட்டின் தோற்றத்தைப் பற்றிய இக்குறிப்பு, கற்பனைக் கதைதான். மற்றவைகளைப் போன்றே இதுவும் நம்பத் தகுந்ததன்று; ஆயினும், கன்னடியனுடைய சிறப்புகளைப் பற்றிய செய்திகளைத் தெளிவாக்குகின்றது. செப்புச் சாசனத்திலிருந்து அவன் பார்ப்பனன் என்பது உறுதியாய்த் தெரிகின்றது.

இச்சம்பவம் நடந்த காலம் கி.பி.242 என்று தகட்டில் குறிக்கப்பட்டுள்ளது முழுவதும் கற்பனையே. திருநெல்வேலியிலுள்ள கி.பி. பதினைந்தாம் நூற்றாண்டிற்கு முற்பட்ட கல்வெட்டு எதிலும் கலியுக ஆண்டுக் குறிப்போ அல்லது சூபிடரின் ஆண்டுக் குறிப்போ பயன்படுத்தப்பட்டிருப்பதை நான் காணவே இல்லை.

செப்புச் சாசனத்திலுள்ள ஒரு வாக்கின்படி இத்தேதியே எதிர்மாறாய் இருக்கிறது. கன்னடிய அல்லது கன்னடப் பார்ப்பனன் இந்த நன்கொடையை எந்த அரசனிடமிருந்து பெற்றானோ, அவன் பழைய பாண்டிய சேர சோழ அரசர்களுள் எவனும் அல்லன். ஆனால், அவன் இக்காலத்தைச் சேர்ந்த ஓர் அரசன்; வேலூர் இராயர் பிரிவைச் சேர்ந்தவன்.

1564 இல் விஜயநகர அரசு மகம்மதியர்களால் வெற்றிகண்டபோது முறியடிக்கப்பட்டவர்களைச் சார்ந்த வலிமையுள்ள இளவரசர் பலர் பல இடங்களில் தம் நாடுகளை ஏற்படுத்திக் கொண்டனர். அத்தகைய தலைநகர்களுள் ஒன்றே வேலூர்.

1623 முதல் 1659 வரை மதுரையை ஆண்ட நாயக்கர்களில் மிகச்சிறந்த அரசராகிய திருமலை நாயக்கர், வேலூர் இராயரைத் தமக்குக் கப்பம் கட்டும் தலைவராக ஏற்றுக் கொண்டார். பிரதாபருத்திரர் என்பது தெலுங்கு பரம்பரையில் வழங்கிவரும் சாதாரணப் பெயர். இதனால் அணைக்கட்டுக் கட்டப்பட்ட காலம் அண்மைக் காலமாகத்தானிருக்க வேண்டுமென்பது தெரிகிறது.

அடுத்த அணைக்கட்டு அரியநாயகபுரம். அரிய நாயகர் என்பவர் நாயக்கர் சரித்திரத்தின் ஆதிகாலத்தில் மிகச் சிறப்பு வாய்ந்தவர்.

ஆனால் இந்த அணைக்கட்டின் தோற்றத்திற்கும் இந்த அரியநாயகருக்கும் எந்தவிதமான தொடர்பும் இல்லை. ஆனால் அணைக்கட்டின் அருகிலுள்ள கிராமத்தின் பெயரால் இதற்கும் அப்பெயர் ஏற்பட்டது.

ஐந்தாவது அணைக்கட்டு, சுத்தமல்லி என்பது. திருநெல்வேலி நகரத்திற்கும் சுற்றுப்புறங்களுக்கும், அங்கு நடைபெறும் உழவுத் தொழிலுக்கும் தேவையான தண்ணீரை இந்தச் சிறந்த அணைக்கட்டே வழங்குகிறது.

பழவூரிலுள்ள அணைக்கட்டு ஆறாவதாகும். இது பாளையங்கோட்டைக்கும் அதற்கருகிலுள்ள இடங்களுக்கும் தண்ணீர் வசதி அளிக்கிறது. பாளையங்கோட்டையிலிருந்து வரும் கால்வாய், பாளையம் கால்வாய் என்று வழங்கப்படுகிறது. பழைய பாளையங்கோட்டையின் கோட்டையும் இவ்வாய்காலும் கன்னடிய பாளையக்காரன் ஒருவன் பெயராலேதான் இப்பெயர் பெற்றன.

பின்னே கூறப்பட்ட கன்னடியன் முந்தியவனுடைய வழிவந்தவன். பழவூர் என்பது ஆற்றின் இடக்கரையிலே அமைந்திருக்கிறது. ஆனால், இப்பெயர் பெற்ற கால்வாய் அதிலிருந்து வலக்கரைப் பக்கம் ஓடுகிறது.

தாமிரபரணியிலுள்ள எல்லா அணைக்கட்டுகளிலும் அதிகப்படியான நெல் விளைச்சலுக்குத்

தேவையான தண்ணீரைக் கொடுப்பது மருதூர் அணைக்கட்டேயாகும். இது பாளையங்கோட்டைக்குக் கிழக்கே சில மைல் தூரத்திலிருக்கிறது. இந்த அணைக்கட்டு 1792 இல் ஏறக்குறைய முற்றும் திரும்பக் கட்டப்பட்டது. கல்வெட்டொன்றில் கூறப்பட்டபடி இது டோரின் என்பவர் கலெக்டராய் இருந்த காலத்தில் புதுப்பிக்கப்பட்டது. கர்னல் கால்டுவெல்லினால் 1807 இல் மறுபடியும் அவ்வணைக்கட்டில் அதிகமான திருத்தங்கள் செய்யப்பட்டன.

இறுதியாகப் புதுக்குடிக்கும் திருவைகுண்டத்திற்கும் இடையே கடலுக்கு மிகவும் அருகில் உள்ளது எட்டாவது அணைக்கட்டாகும். லெப்டினண்ட் ஷெப்பர்டு என்பவரால் சில ஆண்டுகட்கு முன்புதான் இவ்வணைக்கட்டு கட்டப்பட்டது. இந்த இடத்தில் ஆற்றின் அகலம் 800 கஜம். அணைக்கட்டின் மதிப்பு (அன்றைய நாளில்) பதினோறாயிரங்கள் .

தாமிரபரணியிலுள்ள இந்த ஓர் அணைக்கட்டுதான் முற்றும் பிரிட்டிஷ் அரசாங்கத்தாரால் கட்டப்பட்டது என்றாலும், பிரிட்டிஷ் ஆதிக்கத்தின் கீழ் நாடு வந்தபொழுது எல்லா அணைக்கட்டுகளுமே திருத்திக் கட்டப்பட்டன என கால்டுவெல் தமது நூலில் எழுதியுள்ளார். இவ்வாறாக இராபர்ட் கால்டுவெல் திருநெல்வேலி மக்களின் வரலாற்றையும் தேவைகளையும், வாழ்வியல் முறைகளையும், நீர்வள ஆதாரங்களையும் மிகவும் ஆழ்ந்து நுட்பமாக அறிந்து, எழுதியது உண்மையில் பெரும் வியப்பைத் தருகிறது.

○○○

21. கால்டுவெல் என்ற மனிதர் - தொ. பரமசிவன்

பதினெட்டாம் நூற்றாண்டின் நடுப்பகுதியில் கால்டுவெல் தமிழ்நாட்டுக்கு - தமிழ்நாட்டின் தென்கோடிப் பகுதியான இடையன்குடிக்கு வருகிறார். தமிழ்நாட்டிலேயே திருச்செந்தூருக்கும் கன்னியாகுமரிக்கும் இடையிலுள்ள கடற்கரைப்பகுதி மிகமிக வெப்பமான பகுதி. இந்த இடத்தை அவர் தேர்வு செய்ததற்கானக் காரணம் நமக்குப் புரியவில்லை. ஆனால் இன்றுகூட அந்த ஊரிலே நாம் ஒருநாள் இருக்க முடியாது. அந்த அளவுக்கு வெயிலும் செம்மணல் தேரியினுடைய சூடும் தாங்கமுடியாது. அந்த ஊரிலே இந்த ஐரோப்பியர் 53 ஆண்டுக்காலம் இருந்திருக்கிறார் என்பது என்னைப் பொறுத்த மட்டில் வியப்புக்குரிய ஒன்றாகவே உள்ளது. நான் அந்த ஊருக்குக் கால்டுவெல் நினைவுக் கருத்தரங்கிற்காக மூன்றுமுறை சென்றுள்ளேன். ஆண்டுதோறும் ஜூலையில் நடத்துகிறார்கள்.

கால்டுவெல் என்ற மிஷனரியை விட கால்டுவெல் என்ற மொழியியலறிஞரை விட கால்டுவெல் என்கிற அர்ப்பணிப்பு உணர்வுடைய சமூகச்சீர்திருத்தவாதியைத் **(Deticated Social Reformist)** தான் எனக்கு ரொம்பப் பிடிக்கும். கால்டுவெல் வருகிறபோது, ஏன் இப்ப ஒரு இருபது ஆண்டுகளுக்கு முன்னர் கூட அந்தப்பக்கம் பேருந்துவசதி கிடையாது. தேரிமணல், சாலைகளை

காற்றிலே மூடிவிடும் என்பதனாலே பனைஓலைகளைப் போட்டு அதன்மீது ஜீப் ஓட்டுவார்கள். இதுதான் போக்குவரத்து வசதி. அப்படியென்றால் பதினெட்டாம், பத்தொன்பதாம் நூற்றாண்டின் நடுப்பகுதியிலே அந்தநிலம் எவ்வாறு இருந்திருக்கும். கால்டுவெல் குதிரைவண்டியிலும் குதிரையிலும்தான் பயணம் செய்திருக்கிறார். இடையன்குடி என்ற பெயரோடு வழங்கிய சின்னக் கிராமத்தினுடைய செம்மணல் தேரிக்காட்டின் தென்பகுதியை விலைக்கு வாங்கி அதிலே ஒரு தேவாலயத்தைக் கட்டி, பக்கத்திலே தனக்கு ஒரு வீட்டைக்கட்டி தேவாலயத்தினுடைய வலதுபுறத்திலே தான் மதம் மாற்றிய அந்த எளிய நாடார் கிறிஸ்தவ மக்களுக்காகத் தெருக்களை, வீடுகளை அமைக்கிறார். அவ்வளவு நேர்த்தியாக, ஒழுங்காக இன்றளவும் அவை இருக்கின்றன.

கால்டுவெல் காலத்திய இடையன்குடி எப்படி இருந்திருக்கும் என்பதற்கு வேறு எடுத்துக்காட்டே தேவையில்லை. இன்றைக்கும் அந்த தேவாலயத்திற்கு நேர் எதிரே இருபதுமீட்டர் தாண்டிச் சென்றால் அந்தப் பழைய இடையன்குடி கிராமம் உள்ளது. அதே பழைய ஓலைக்குடிசைகள். பனைமடலால் ஆன வேலிகள். அழுக்கு, வறுமை, வெள்ளாடு இவைகளோடு அப்படியே இருக்கிறது. கால்டுவெல் வருகிறபோதும் இப்படித்தான் இருந்திருக்க வேண்டும். கால்டுவெல் நாடார் மக்களிடம் வருகிறபோது பதனியை இறக்கி கருப்புக்கட்டி உற்பத்தி செய்து கொண்டிருந்தார்கள். அன்றைக்குத் தென்மாவட்டங்களிலேயே இடையன் குடிக்கு ஒரு ஆறு கிலோமீட்டருக்கு முன்னாலேயே

உள்ள திசையன்விளை பெரிய கருப்பட்டிச்சந்தை. அதை நம்பித்தான் அந்த மக்களுடைய வாழ்வாதாரம் இருந்தது.

இன்றைக்கு அந்த மக்கள் கல்வி, சமூகவிடுதலை, பாதுகாப்பான வீடு இவற்றோடு நான்காவது தலைமுறையைக் கழித்துக்கொண்டு கால்டுவெல்லைத் தங்களுடைய குலதெய்வமாக, சாஸ்தா என்று நாம் சொல்வதைப் போலக் கருதுகிறார்கள். ஏனென்றால் அவர்தந்த வாழ்க்கைதான் இதெல்லாம். ஒரு சுவையான செய்தி. திசையன்விளையைச் சேர்ந்த ஒரு பெரிய தொழிலதிபர் பாளையங்கோட்டையிலே இருக்கிறார், **Bellpins** முதலாளி செல்லத்துரை நாடார். அவர் என்னிடம் ஒரு கேள்வியைக் கேட்டார். சீர்திருத்த திருச்சபைக்காரர்கள் எல்லாம் ஒரு புதிய இடத்தை வாங்கி அதில் ஊரை நிர்மாணிப்பார்கள். அப்படி நிர்மாணிக்கிறபோது அதற்கு சமாதானபுரம், சுவிசேஷபுரம், கடாட்ஷபுரம், மெய்ஞ்ஞானபுரம் என்ற மதம் சார்ந்த ஒரு பெயரை இடுவார்கள். வேதாகமம் சார்ந்த பெயர்கள் அவை. ஆனால் கால்டுவெல் இடையன்குடி பெயரை ஏன் மாற்றவில்லை என்று கேட்டார். எனக்குத் தெரியவில்லை என்று சொன்னேன் நான்.

அவர் சொன்னார். நான் கால்டுவெல் பிறந்த ஊருக்குப் போனேன். அவர் பிறந்த ஊரின் பெயர் **Shepherdyard.** அதாவது தமிழிலே சொல்வதானால் இடையன்குடி. இது தன்னுடைய ஊர்ப்பெயரை நினைவுபடுத்துகிற ஊர் என்பதாலே இந்த ஊர்ப் பெயரை மட்டும் கால்டுவெல் மாற்றவில்லை

என்றார். எனக்கு ரொம்ப வியப்பாகவும் இருந்தது, நெகிழ்ச்சியாகவும் இருந்தது. இவர் தன்னுடைய ஊர்ப்பெயரைக்கொண்ட ஒரு ஊரை இங்கு தேர்ந்துகொண்டதாலோ என்னவோ அங்கு 53 ஆண்டுகள், இடையிலே ஒரேயொருமுறை மட்டும் இங்கிலாந்து சென்று வந்திருக்கிறார். தன்னுடைய மகளைக் கூட பக்கத்தில் நாகர்கோவிலிலே இருந்த இன்னொரு மிஷனரிக்குத்தான் திருமணம் செய்து கொடுத்திருக்கிறார்.

இப்பொழுது அங்கு கால்டுவெல் தனக்காகக் கட்டிய வீடு இருக்கிறது. வீட்டிலே வேறெந்த நினைவுச் சின்னமும் இல்லை. கால்டுவெல் பயன்படுத்திய அந்த கோர்ட் ஸ்டாண்டு மட்டும் தான் உள்ளது. தேவாலயத்திலிருந்து அந்த வீட்டிற்கு நடந்து செல்ல நூறு அடிதான். இந்த நூறு அடியையும் அந்த மணலிலே வெயிலிலே நம்மால் நடந்து செல்ல இயலாது. அதற்குப் பின்னாலே கால்டுவெல் மேனிலைப்பள்ளி உள்ளது. கால்டுவெல் மனைவி அந்த ஊர்ப்பெண்களுக்காக உருவாக்கிய ஒரு தையல்பள்ளியின் இடிந்த கட்டிடம் இருக்கிறது. இவ்வளவுதான் அங்கு இருக்கிற மிச்சம்.

இந்தத் தேவாலயம் அவ்வளவு நேர்த்தியாக எண்ணி எண்ணி கட்டப்பட்டது. அந்தக் கோபுரமணியினுடைய ஓசை தனியாக இருக்கும். அது கால்டுவெல்லுடைய தம்பி ஐரோப்பாவிலிருந்து வாங்கி அனுப்பியது என்று சொல்கிறார்கள். இந்தக் கோபுர மணிக்குச் செல்லும் படிக்கட்டுகள் கூட கலை நேர்த்தியுடன் செய்யப்பட்டிருக்கின்றன. கால்டுவெல்லுடைய விருப்பப்படி, கொடைக்கானலிலே கால்டுவெல்

இறந்தாலும் மூன்று நாட்களாக அந்த உடலைப் பாதுகாத்து மலையிலிருந்து டோலி கட்டிக் கீழே கொண்டுவந்து அன்றைக்கு அதானே சாத்தியம், அங்கிருந்து ரயிலிலே மதுரை கொண்டுவந்து, அப்படியே திருநெல்வேலி கொண்டுவந்து, அங்கிருந்து பீட்டன் அல்லது சாரட் என்று சொல்லக்கூடிய குதிரை வண்டியிலே பாளையங்கோட்டை தேவாலயத்தில் வைத்து பூசைசெய்து, இடையன் குடிக்குக் கொண்டுச்சென்று அந்த தேவாலயத்திலே அடக்கம் செய்திருக்கிறார்கள். அவர் மனைவியும் அங்கேதான் அடக்கம் செய்யப்பட்டார். ரொம்ப பெரிய வியப்பு இதுதான்.

சமூக விடுதலை, பொருளாதார விடுதலை, சமூக மரியாதை அவர் பெற்றுத் தந்தது. இவைகளை அவர் மதம் மாற்றிய எந்தக் குடும்பமும் இதுவரை இழக்கவில்லை. மாறாகப் பெருக்கிக் கொண்டே இருந்திருக்கிறது. இன்னொரு செய்தி எனக்கே கொஞ்சம் வியப்புதான். நாடார்கள் என்று அன்றைக்குச் சொல்லப்பட்ட பதநீரும், கள்ளும் இறக்கும் தொழில் செய்யும் சாதிக்காரர்களை அவர் மதமாற்றம் செய்தார். அடுத்த சாதிக்காரர்களை மதம்மாற்றம் செய்யும் முயற்சியிலே கால்டுவெல் ஈடுபட்டதாகக் கூடத் தெரியவில்லை. சவேரியாரைப் போல ஒரு சாதியை மட்டும் மதம் மாற்றம் செய்வது எந்த சாதிப் பிரச்சனைக்கும் வழிவகுக்காது. இன்னொரு சாதியைச் சேர்த்தால் சாதி மோதலுக்கு வழிவகுக்கும் என்று அவர் நினைத்திருக்கலாம். அதனாலேதான் இடையன்குடியிலே தேவாலயத்திற்கு அறுபது

மீட்டர் தூரத்திலே வாழக்கூடிய இடையர்கள் இன்றும் கிறிஸ்தவர்களாக ஆகாமல் அப்படியே இருக்கிறார்கள்.

அதுமட்டுமல்லாமல் கால்டுவெல்லைப் பற்றி நிறைய கதைகள் அந்த ஊரிலே சொல்லப்படுகிறது. அதிலே முக்கியமான கதை கால்டுவெல் ரொம்ப கோபக்காரராம். தெருக்களில் வீட்டினுடைய ஒரு அறையை அரையடி முன்னால் தள்ளி கட்டினால் அங்கிருந்து கூப்பிட்டுச் சாதிப் பெயரைச் சொல்லித் திட்டுவாராம். அதைப் பெருமையோடும் மகிழ்ச்சியோடும் இன்றைக்கும் சொல்கிறார்கள். ஏனென்றால் அவரை தங்களுடைய முப்பாட்டன் அல்லது குலதெய்வம் என்று அவர்கள் கருதுவதாலே. அந்த ஊரின் முகமே தனி அழகாக இருக்கிறது; சின்ன ஊராக இருந்தாலும்.

கால்டுவெல் காலத்திலே பயணம் மட்டுமில்லை, மின்சாரம் இல்லை, பேருந்து இல்லை, சாலை வசதி இல்லை. தனக்கு வேண்டிய கோதுமையை வாங்க வேண்டியிருந்தால் கூட கால்டுவெல் தூத்துக்குடிக்கோ, பாளையங்கோட்டைக்கோ தான் வந்திருக்கவேண்டும். இப்படிச் சிரமமிகுந்த காலத்திலே 53 ஆண்டுகள் ஒரேயொருமுறை இங்கிலாந்து சென்று வந்ததைத் தவிர அந்த ஊரிலே அந்த மனிதர் வாழ்ந்தார் என்பது, மகத்தான தியாகம். ஒரு குளிர்நாட்டில் இருந்துவந்து இந்தத் தகிக்கிற வெப்பத்திலே 53 ஆண்டுகள் வாழ்ந்திருக்கிறார். குடும்பத்தோடு வாழ்ந்திருக்கிறார். தன்னுடைய மகளையும் இங்கேயே திருமணம் செய்து கொடுத்திருக்கிறார். அதனால் தான் சொல்கிறேன். ஒருமொழியியல் அறிஞர் என்பதைவிட அவர்

தேர்ந்தெடுத்துக்கொண்ட மக்கள் அன்றைக்குச் சமூக மரியாதையே இல்லாத ஒரு பெரிய மக்கள் கூட்டம்.

ஆனால், அவர்கண்டு கொண்ட விஷயம், இந்த மக்கள் மிகுந்த நன்றியறிவுடையவர்கள் என்பதைக் கண்டுகொண்டார். இதனால் அவர்களுக்கு வேண்டிய எல்லாத் தேவைகளையும் நிறைவு செய்திருக்கிறார். மருத்துவவசதி எப்படிச் செய்தார் என்பது பற்றிய எந்தத் தகவலும் எனக்குக் கிடைக்கவில்லை. அதுவரை அவர்கள் பனைஓலைக் குடிசைகளில்தான் வாழ்ந்து கொண்டிருந்தார்கள். இன்றைக்கு மூன்றாவது, நாலாவது தலைமுறைப் பட்டதாரிகளை இடையன்குடியிலே பார்க்கலாம். இதுதான் நான் அந்த ஊருக்குச் சென்றுவந்த அளவிலே கால்டுவெல்லைப் பற்றித் தெரிந்த செய்திகள்.

திராவிடமொழி ஒப்பிலக்கணம் பற்றி

குறிப்பா Sannars of Tamilnadu ன்னு அவர் எழுதின புஸ்தகம் இருக்கு. முதல்ல Ethinographic studyன்னு நாம இன்றைக்குச் சொல்றோமே.. முதல்ல விஞ் ஞானப்பூர்வமாகச் செய்யப்பட்ட Ethinographic study அதுதான். அதுலதான் அந்த lore எல்லாம் அவர் கணக்குல எடுத்துப் பேசுவாரு. அதுல ஒரு கதை. நாடார்கள் ஈழத்துல இருந்து பனங்கொட்டையோட வந்தாங்க அப்படின்றது. நான் அதை ஒரு வரலாற்று உண்மையாகக் கருதுறேன். ஏனென்றால் ஈழம் என்ற சொல்லுக்குத் தமிழில் பனை என்ற பொருள் உண்டு. பனைமீது விதிக்கப்பட்ட வரிக்கு ஈழம்பூச்சி என்றே பெயர். ஈழவர் என்று கேரளாவிலே சொல்லப்படுகின்ற

சாதியார் ஈழத்திலிருந்து கேரளாவிற்கு வந்தவர்கள். அதுபோல நெல்லைமாவட்டத்தினுடைய எல்லையோரத்திலே வாழ்கிற இல்லத்துப்பிள்ளைமார் என்று சொல்லப்படக்கூடிய சாதிகள் ஈழப்பிள்ளைமார் என்றுதான் சொல்வார்கள். அவர்களும் அங்கிருந்துதான் வந்திருக்கணும். **Sanars of Tamilnadu** ஒரு அருமையான **Ethinographic study.** இன்னுஞ் சொல்லப்போனா கனகசபைப்பிள்ளை, சீனிவாச ஐயங்கார் இவர்களுக்கெல்லாம் அது முன்னோடி நூலாக இருந்தது என்று நான் கருதுகிறேன்.

Ethinographic aspect- லே அவரோட படைப்ப நாம வச்சு பார்க்கற ஒரு தேவையும் அதனுடைய முக்கியத்துவமும் உங்களுடைய வார்த்தைகளில் இருந்து புரியுது. அதுபோலவே வரலாற்று ரீதியாக இந்தியர்களை அணுகும்போது இந்தியர்களுக்கு வரலாற்று பார்வை இல்லை என்பதாக கால்டுவெல் கருதுகிறார். அதுபோல ஒரு மன்னனைப் பற்றியோ ஒரு நிகழ்ச்சியைப் பற்றியோ உள்ளதை உள்ளவாறே எழுதுவதில் இந்தியர்களுக்கு மிகப்பெரிய சுணக்கம் இருக்கிறது. கவிஞர்களின் கட்டற்ற கற்பனைக்கு இடங்கொடுக்கும் போதுதான் எந்த ஒரு படைப்பும் ஆர்வம் ஊட்டுவதாக அமைகிறதென்று அவர்கள் கருதுவதுபோல் தோன்றுகிறது. புராதனமான இந்திய வரலாறு என்று நாம் சொல்வோமானால், கல்வெட்டு களிலும் நாணயங்களிலும் காணக்கிடைக்கும் பழமரபுக்கதைகள், புராணங்கள் இப்படி எந்தப்பெயரில் இருந்தாலும் அவை தூக்கியெறியப் படவேண்டும். அதனால் சிறப்பு எதுவும் இல்லை. மாறாக

சாதகமானதுதான் என்று கால்டுவெல் குறிப்பிடுகிறார். இதைப்பற்றி நீங்கள் என்ன நினைக்கிறீர்கள்.

History of Tinnevelly–லே ஒருஇடத்துல வந்து அவர் எழுதறாரு. இந்த மக்களுக்கு வரலாற்று உணர்வு கிடையாதுன்னு. Historicsense கிடையாதுன்னு. அது ஒரு அபத்தமான ஸ்டேட்மெண்ட். ஏன்னா கால்டுவெல் காலத்துல கல்வெட்டியல் துறை தொடங்கப்படல. இந்தியாவுல இருக்கிற கல்வெட்டுல 75 விழுக்காடு கல்வெட்டுகள் தமிழ்நாட்டுல. அதுல 75 விழுக்காடு தமிழ்க் கல்வெட்டுகள். அதுல கிட்டத்தட்ட ஒரு முப்பதனாயிரம் கல்வெட்டுகள் அச்சிடப்பட்டிருக்கு. இதைத் தெரிந்திருந்தால் கால்டுவெல் அப்படிச் சொல்லியிருக்க மாட்டார். அவர் காலத்துல அதற்கான வாய்ப்பு அவருக்கு கிடைக்கவில்லை. சுந்தரம்பிள்ளை போன்ற கல்வெட்டு வாசிக்கிற வாய்ப்பு அவர்க்குக் கிடைக்கவில்லை. அவர் வாழ்ந்த நிலப்பகுதியும் அப்படிப்பட்ட பகுதி. ரெண்டாவது அந்த நிலப்பகுதி பார்ப்பனியத் தாக்கம் இருந்த பகுதி அல்ல. இந்த நிலப்பகுதியில் வாழ்பவர்கள் பார்ப்பனிய மேலாண்மைக்கு அடிமைப்பட்டவர்கள் இல்லை. அவர்களெல்லாம் வெள்ளாள மேலாண்மைக்கு அடிமைப்பட்டவர்களாகத்தான் இருந்தார்கள்.

History of Tinnevelly புத்தகத்துல ஒரு இடத்துல வரலாறு பற்றி அவர் சொன்ன கருத்தை நீங்க சொன்னீங்க. அவர் சொல்றாரு இந்திய வரலாறு அப்படின்னு ஒண்ணு சொல்லப்போனா அந்த வரலாறுங்கிற அர்த்தத்தைப் பிரதிபலிக்கக் கூடிய ஒரு கருத்துவந்து நம்முடைய நாணயங்கள்லேயும்

கல்வெட்டுக்கள்லேயும் தான் இருக்கு. அதற்குப்பிறகு வேறு எதுலயுமே இல்ல அப்படின்னு ஒரு கருத்து சொல்றாரு. அதேபோல மகாவம்சத்துல தான் அந்த வரலாறோட தன்மை இருக்கு. இலங்கைல இருந்து எழுதப்பட்ட மகாவம்சம் அது.

கால்டுவெல் காலத்துல எழுத்துமரபுக்கான மரியாதை இருந்தது. இன்றைக்கு இல்ல. இன்றைக்கு நாம வாய்மொழி மரபுக்கான மரியாதை தருகிறோம். கால்டுவெல் காலத்துல அப்படி ஒரு அறிவுலகம் தோன்றல. அவர் அதையெல்லாம் கதை என்ற நினைப்புலதான் பதிவு செய்ராறே தவிர அது lore என்ற நினைப்புல பதிவு செய்யல.

அதுபோல இன்னொரு கருத்து அவர் வந்து வரலாறு அப்படின்னா வாய்மொழி மரபுக்கு அவ்வளவு முக்கியத்துவம் கொடுத்தாரா, அப்படிங்கிற சந்தேகம் எழுகிறது. எழுத்துமொழிக்குத்தான் அவர் முக்கியத்துவம் தருகிறார்.

இல்ல, வழக்கு மொழியிலிருந்துதான் வேர்ச்சொற்களை யெல்லாம் திராவிடமொழிகளோட ஒப்பிட்டுநிலைக்கு முக்கியமாகப் பயன்படுத்தறார்.

ஆனா வரலாறு அப்படின்னு பார்க்கும்போது அவர்வந்து எழுத்து மொழில அமைந்த வரலாற்றைத்தான் பார்க்கிறார்.

ஆமா, அவர் காலத்து அறிவுலகம் அப்படித்தான் இருந்தது.

இப்ப அதேமாதிரி எதார்த்தத்தை எதார்த்தமாகவே பதிவுபண்றது அப்படிங்கிறது இந்தியர்க்கு கைவராத

கலைன்னு... அப்படிங்கிற மாதிரி சொல்றார். ஏன் அப்படின்னா, ஏதாவது எழுதப்பட்டதுன்னா அதுவந்து புலவர்கள் அல்லது கவிஞர்கள் வந்து ரொம்ப உணர்ச்சி மேலீட்டோட... கற்பனை நயம் கலந்து எழுதுவதைத்தான் அவர்களுடைய எழுத்துக்கள்ல பார்க்க முடியுது. வரலாறு இல்ல. ஒரு மன்னனைப் பற்றி நாம குறிப்பிடும் போதுகூட மன்னனைப்பற்றி எழுதும்போதுகூட மிகையாவே எழுதறாங்க.

கால்டுவெல்லோட குற்றச்சாட்டு உண்மைதான். காரணம் அவர் காலத்துத் தமிழ் உரைநடை வளர்ச்சி பெறல. எல்லா மொழியும் கவிதையாகவே இருந்தது. கணக்கு உட்பட. எனவே இந்த மிகைவேடப்புனைதல் என்பது கவிதைக்குரிய அடிப்படைப் பண்பு. அறிவுக்கான ஊடகம் என்பது கவிதையாக இருந்தபோது இந்த மிகைவேடப்புனைதல் என்பது தவிர்க்கமுடியாத அம்சம்.

அந்த மிகையை வந்து அவர் ஏத்துக்கவே இல்ல. ஒரு இடத்துல அவர் என்ன சொல்றார். **Poetical aspect** லே எழுதப்பட்ட பனுவல்கள் **popular legends** இதெல்லாம் டிஸ்கார்டு பண்ணணும். அதனால பெரிய இழப்பு எதுவுமே இல்ல அப்படிங்கிறார். அவர் காலத்து அறிவுலகச் சூழல் அப்படி. பின்னால வரவர நமக்கு வந்து மாறிடுச்சு.

(நன்றி நேர்காணல்: முனைவர் ஆ.தனஞ்செயன், மாற்றுவெளி ஆய்விதழ், நவம்பர் 2008)

 OOO

22, கால்டுவெல் நினைவு இல்லம்

இடையன்குடியில் கால்டுவெல் நினைவு இல்லத்தைத் திறந்து வைத்து சிறப்புரை செய்த கலைஞர் திருநெல்வேலி மாவட்டம் இடையன்குடியில் வெளிநாட்டு தமிழறிஞர் இராபர்ட் கால்டுவெல் வாழ்ந்து மறைந்த இல்லம், நினைவு இல்லமாக மாற்றப்படும் என்று அப்போதைய தமிழக முதல் அமைச்சர் கலைஞர் கருணாநிதி அறிவித்தார். அவரது அறிவிப்பைத் தொடர்ந்து, கால்டுவெல் இல்லம், பதினெட்டரை லட்சம் ரூபாய் செலவில் சீரமைக்கப்பட்டது.

நெல்லை மாவட்டம் இடையன்குடியில் மேம்படுத்தப்பட்டுள்ள கால்டுவெல் நினைவு இல்லத்தை 18.02.2011 அன்று அப்போதைய தமிழக முதல்அமைச்சர் கலைஞர் கருணாநிதி சென்னையில் இருந்து காணொலிக் காட்சி மூலம் திறந்து வைத்து சிறப்புரை ஆற்றினார்.

அந்த சிறப்புரையில் முத்தமிழ் அறிஞர் கலைஞர் கருணாநிதி பேசியதாவது:

திராவிட மொழிகளின் ஒப்பிலக்கணம் தந்த தமிழறிஞர் கால்டுவெல் வாழ்ந்து மறைந்த நெல்லை மாவட்டம் இடையன்குடியில் உள்ள இல்லத்தை நினைவில்லமாக மேம்படுத்தி, அதை காணொலிக் காட்சி மூலமாகத் திறந்து வைப்பதில் மிகுந்த மகிழ்ச்சி

அடைகிறேன். தமிழ் மொழியின் தொன்மையும், தூய்மையும், வலிமையும், வனப்பும், கற்றோர் அனைவரையும் கவர்ந்திழுத்து; உயிருக்கும் மேலென உணரவைத்திடும் தகுதி மிக்கது.

அப்படி தமிழால் கவரப்பட்ட வெளிநாட்டவர் மிகப்பலர். அவர்களில் முதன்மையான அறிஞர் இராபர்ட் கால்டுவெல் ஆவார். தமிழ் மொழியின் வளர்ச்சிக்கும், சிறப்புக்கும் கிறித்தவ அறிஞர்கள் ஆற்றியிருக்கும் அரிய பணியை, இந்த இனிய வேளையில் நினைவு கூர்வது எனது கடமையாகும். ``தமிழ் மொழியைப் பொறுத்தவரை, கிறிஸ்தவர்கள் ஆற்றிய பணி பலவகைப் பட்டதாகும். தமிழ் நாட்டுக் கலைச்செல்வத்தை மேலைநாட்டினர்க்குக் காட்டினர் சிலர்.

தமிழ் இலக்கியத்தின் பண்புகளை பாட்டாலும், உரையாலும் விளக்கியவர்கள் சிலர். இலக்கண வாயிலாக ஆராய்ந்து தமிழின் தொன்மையையும், செம்மையையும் துலக்கினர் சிலர். மேலைநாட்டு முறையில் தமிழ் அகராதியை தொகுத்து உதவினர் சிலர். தொல்லிய தமிழ் வசன நடையில் அறிவுநூல் இயற்றித் தொண்டாற்றினர் சிலர்" என்று சொல்லின் செல்வர் பேராசிரியர் ரா.பி.சேதுப் பிள்ளை குறிப்பிட்டுள்ளார்.

முதன்முதல் அச்சுப் புத்தகம்

இந்திய மொழிகளில் முதன் முதல் அச்சுப் புத்தகம் உண்டானது தமிழ் மொழியிலேதான். கிறித்தவ மதத்தைப் பரவச் செய்வதற்காகப் பெருந் தொண்டாற்றி வந்த ஏசு சபை பாதிரிமார்கள், முதன்முதலில் தமிழில்

அச்சுப் புத்தகம் உண்டாக்கினர். பெஸ்கி என்னும் வீரமாமுனிவர்தான் தமிழில் முதன்முதலில் உரைநடை நூல் இயற்றியவர். முதன்முதலில் தமிழில் அகராதி எழுதியவரும் வீரமாமுனிவரே ஆவார்.

திருக்குறள் போன்ற தலை சிறந்த நூல்களை ஆங்கிலத்தில் மொழிபெயர்த்து, அவற்றின் சிறப்புகள் உலகமெங்கும் பரவிடக் காரணமாக இருந்தவர் ஜி.யு.போப். தமிழ்நாட்டு மக்கள் வழங்கும் நன்கொடையைக் கொண்டு, தனது கல்லறை அமைக்கப்பட வேண்டும் என்றும், தனது கல்லறையில் தன்னை தமிழ் மாணவன் என்று குறிப்பிடப்பட வேண்டும் என்றும் விரும்பியவர் போப்.

மேலைநாட்டு தமிழறிஞர்கள்

தமிழ் ஆங்கில அகராதியை தயாரித்த ராட்லர்; யாழ்ப் பாணத்திலும், சென்னையிலும் ஆக்கபூர்வமான தமிழ்த் தொண்டு புரிந்த டாக்டர் வின்ஸ்லோ ஆகியோரும் குறிப்பிடத்தக்கவர்கள். நம் நாட்டுக் கிறிஸ்தவர்களின் தமிழ்த் தொண்டும் சாமானியமானதல்ல. ``ரட்சண்ய யாத்திரிகம்'' என்னும் காவியத்தைப் படைத்த கிருஷ்ணபிள்ளை; ``குறவஞ்சி'' நாடகம் எழுதிய இன்பகவி; ``பிரதாப முதலியார் சரித்திரம்'' எழுதிய வேதநாயகம் பிள்ளை; ``தொல்காப்பிய நன்னூல்'' எழுதிய சாமுவேல் பிள்ளை ஆகியோர் குறிப்பிடத் தக்கவர்கள் ஆவர்.

அயர்லாந்து நாட்டைச் சேர்ந்த கால்டுவெல், *1838* ஆம் ஆண்டில், தமது *24* ஆவது வயதில் மதபோதகராக, சென்னை மாநகர் வந்தடைந்தவர்;

பின்னர் நெல்லை பேராயராகப் பொறுப்பேற்று, பன்னூறு ஓலைச்சுவடிகளையும், சங்ககாலத் தமிழ் இலக்கியங்களையும் பயின்றவர்; புதைபொருள் ஆராய்ச்சியில் ஈடுபட்டுப் பாண்டியர் காலத்திற்குச் சொந்தமான கயல் சின்னம் பொறிக்கப்பட்ட நாண யங்களைக் கண்டுபிடித்தவர்; நெல்லை வரலாற்றை ஆய்வு செய்து, தமது ஆய்வுகளின் அடிப்படையில், "திருநெல்வேலி சரித்திரம்" எனும் பெயரில், நெல்லை வரலாற்றை நூலாக எழுதியவர்;

திராவிட மொழிகள்

தமிழ் மொழியை மட்டுமல்லாமல், தெலுங்கு, கன்னடம், மலையாளம் போன்ற பிற திராவிட மொழிகளையும் கற்றவர்; திராவிட மொழிகளுக் கிடையில் உள்ள ஒற்றுமைகள் குறித்து ஆய்வு செய்தவர்; அதன் பயனாக, `திராவிட மொழிகள்' என்னும் சொல்லாக்கத்தை முதன்முதல் உருவாக்கி உலகுக்கு அறிமுகம் செய்தவர்; அத்துடன், தமிழ் மொழி, "செம்மொழி" என முதல் குரல் கொடுத்த தமிழர் பரிதிமாற்கலைஞர் என்றால்; தமிழ்மொழி செம்மொழி யென்று முதலில் முழக்கமிட்ட வெளிநாட்டவர் அறிஞர் இராபர்ட் கால்டுவெல்தான்.

பரிதிமாற்கலைஞர் தமிழ் மொழி செம்மொழியென *1887*ஆம் ஆண்டு குரல் கொடுத்ததற்கு *30* ஆண்டுகளுக்கு முன்பே, *1856*ஆம் ஆண்டில் அறிஞர் கால்டுவெல் தாம் எழுதிய "திராவிட மொழிகளின் ஒப்பிலக்கணம் என்ற ஒப்புவமை காண்பித்திட இயலாத, உயர் பெரும்

நூலில், "திராவிட மொழிகள் அனைத்திலும், உயர் தனிச் செம்மொழியாய் நிலை பெற்று விளங்கும் தமிழ், தன்னிடையே இடம் பெற்றிருக்கும் சமஸ்கிருதச் சொற்களை அறவே அகற்றிவிட்டு தனித்து உயிர் வாழ்வதோடு அவற்றின் துணையை ஒருசிறிதும் வேண் டாமல் வளம் பெற்று வளர்வதும் இயலும்" என்னும் வரலாறு போற்றும் மகத்தான உண்மையையும் நிலைநாட்டியவர். அதன்மூலம் செம்மொழித் தமிழின் மேன்மையையும் உலகறியச் செய்தவர்.

கால்டுவெல் நினைவு அஞ்சல் தலை

இவ்வாறு தமிழ்மொழிக்கு மாபெரும் பெருமை களைச் சேர்த்த கால்டுவெலைப் போற்றும் வகையில், அண்ணா, தமிழக முதல்அமைச்சராகப் பொறுப்பேற்று, 1968ஆம் ஆண்டில் நடத்திய 2ஆம் உலகத் தமிழ் மாநாட்டின்போது, சென்னைக் கடற்கரை காம ராஜர் சாலையில் கால்டுவெலின் திருவுருவச்சிலை நிறுவப்பட்டு அன்றைய தமிழக மேலவைத் தலைவராக இருந்த எம்.ஏ.மாணிக்கவேலரின் தலைமையில், பன்

மொழிப் புலவர் கா.அப்பாத்துரையால் திறந்து வைக்கப்பட்டது.

செம்மொழி எனத் தமிழ் மொழிக்கு மணிமகுடம் சூட்டிய மாமேதை கால்டுவெல்லுக்கு மேலும் பெருமை சேர்க்கும் வகையில், கோவை மாநகரில் கடந்த ஆண்டு ஜூன் மாதம் நடைபெற்ற உலகத் தமிழ்ச் செம்மொழி மாநாட்டு நிறைவு விழாவில் கால்டுவெல் நினைவாகச் சிறப்பு அஞ்சல் தலை வெளியிடப்பட்ட நிகழ்வையும் இந்த வேளையில் நினைவுகூர்கிறேன்.

பதினெட்டரை லட்சம் ஒதுக்கீடு

அவற்றைத் தொடர்ந்து, நெல்லை மாவட்டம், இடையன்குடியில் அவர் வாழ்ந்து மறைந்த இல்லம் நினைவு இல்லமாக மேம்படுத்தப்படும் என 4.2.2010 அன்று அறிவித்து, பழைமையான அந்த இல்லத்தைச் செப்பனிட்டு சீரமைத்திட ரூ. பதினெட்டரை லட்சம் நிதி ஒதுக்கீடு செய்து, கால்டுவெல் வாழ்ந்த இல்லம் நினைவு இல்லமாகப் புதுப்பிக்கப்பட்டுள்ளது.

மேலும், ஒரு லட்சத்து 26 ஆயிரம் ரூபாய் செலவில் கால்டுவெலின் மார்பளவு வெண்கலச் சிலை ஒன்றும் நிறுவப்பட்டு, அந்த நினைவு இல்லம் இன்று திறந்துவைக்கப்பட்டு இருக்கிறது. கால்டுவெல் நினைவு இல்லத்தை மிகச் சீரிய முறையில் புதுப்பித்து அமைத்துள்ள அலுவலர்கள், பணியாளர்கள் அனைவருக்கும் எனது பாராட்டுகளையும், நல்வாழ்த்துகளையும் உரித்தாக்குகிறேன்.

தமிழ்ப்பணிக்கு உரிய கவுரவம்

அத்துடன் இன்றைய விழாவின் மூலம், கால்டுவெல் வாழ்ந்து மறைந்த இல்லத்தில் இதுவரை தங்கியிருந்த குருவானவர்கள் தங்குவதற்காக, புதிய இல்லம் ஒன்றைக் கட்டுவதற்கு ரூ.30 லட்சம் நிதி ஒதுக்கீடு செய்து கடந்த 15ஆம் தேதி ஆணையிடப்பட்டது என்பதையும் மகிழ்ச்சியோடு தெரிவித்துக் கொள்கிறேன்.

தமிழுக்குத் தொண்டாற்றிய பெருமக்களை தி.மு.க. அரசு போற்றுவதில் என்றும் குறைவைத்ததில்லை என்பதற்கு இந்த நிகழ்ச்சியும் ஒரு சான்று என கலைஞர் கருணாநிதி தமது உரையில் போற்றினார்.

○○○

www.ingramcontent.com/pod-product-compliance
Lightning Source LLC
LaVergne TN
LVHW100541051026
849519LV00003B/851
9789394811003